இந்த இனிய
என்றும் பயன்தரும்
நூலை பரிசாக
வழங்குவதில்
பெருமகிழ்வு
கொள்ளும்...
தங்கள் அன்புள்ள...
புத்தகங்களுக்கு
தரும் தொகை
செலவு அல்ல; மூலதனம்...!
நர்மதாவின் தரமான பதிப்பில்,
மலிவான விலையில்...!

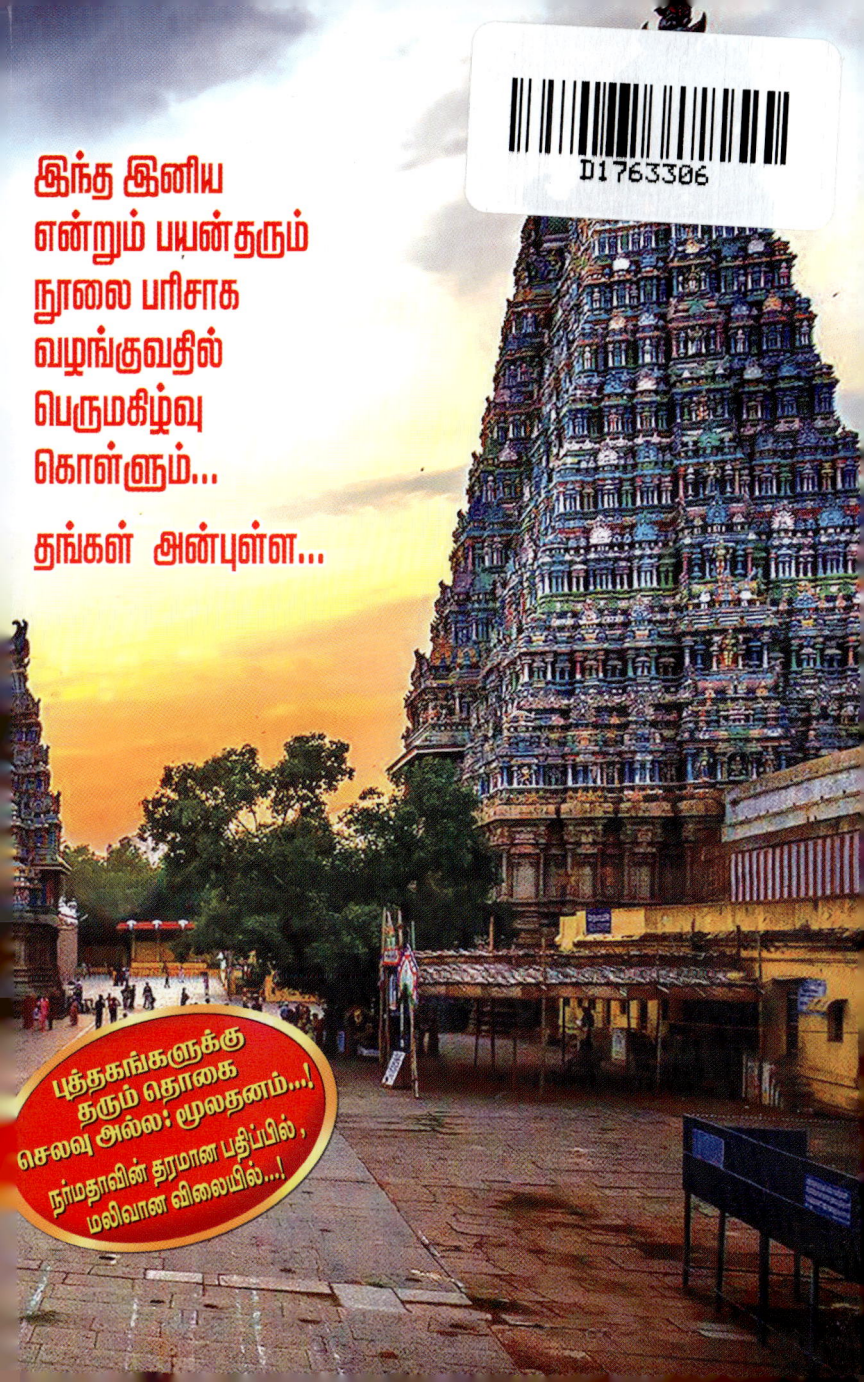

பன்னிரு ஆழ்வார்களின்
திவ்விய வரலாறு

'செந்தமிழறிஞர்'

மாருதிதாசன், எம்.ஏ.,

ஓய்வு பெற்ற தலைமையாசிரியர்

நர்மதா

நர்மதா பதிப்பகம்

நல்ல நூல் வெளியீட்டாளர்கள்

10, நானா தெரு, (தி.நகர் தலைமை

அஞ்சலகத்தை ஒட்டிய தெரு), பாண்டிபஜார்,

தியாகராய நகர், சென்னை – 600 017. ☎ : 2433 4397

செல்லிடபேசிகள் : 98402 26661, 98409 32566, 99400 45044

வாசகர்களுக்கு

நல்ல நூல்களுக்காகத் தரப்படும் தொகை செலவல்ல - மூலதனம்! நமது சிறப்பான எதிர்கால வாழ்வுக்காகத் தரப்படும் Investment! ஐம்பது ரூபாய் புத்தகத்தில் ஆயுட் கால வாழ்க்கைக்கான யோசனைகள் நிறைந்திருக்கும்.

■ பொழுதுபோக்கு, கேளிக்கைகளுக்காக செலவிடப்படும் தொகையில் சிறு பகுதியையாவது பயன்தரும் புத்தகங்களுக்காக செலவிடுங்கள் - மிகுந்த பயன் பெறுவீர்கள்!

■ எங்களது இலவச விலைப்பட்டியலைப் பெற 50 காசு அஞ்சலட்டையில் எழுதலாம். அல்லது குறுஞ்செய்தி (SMS) அனுப்புங்கள். நாங்களே அழைத்துப் பேசுகிறோம். உடன் எங்கள் செலவிலேயே அனுப்பி வைக்கிறோம்.

■ தமிழகத்தின் எல்லா பிரபல புத்தகக் கடைகளிலும் நர்மதா நூல்கள் கிடைக்கின்றன. அவர்களிடமிருந்து (தபால் செலவின்றி) பெறலாம். தபாலில் அனுப்புவதற்கான கட்டணம் அதிகமாக உள்ள நிலையில் தங்கள் ஊர் புத்தகக் கடையிலேயே பெறலாம். அவர்கள் நல்ல நூல்கள் விற்க ஆதரவு தரலாம்!

E-mail	: sales@narmadhapathipagam.com
Website	: www.narmadhapathipagam.com

Pages: 120
Price: Rs.85.00

❏ Panniru Aazhvaargalin Dhivya Varalaru - The History of 12 Vaishnavite Saints by Maruthidasan, M.A. ❏ This Edition: May 2025 ❏ Published by R.Janarthanam, Narmadha Pathipagam, Chennai - 600 017 ❏ D.T.P. Execution at: M/s. Muthu Graphics, Chennai - 33 ❏ Printed at: M/s. Sangeetha Offset, Chennai - 600 026 ❏

உட்பொதிவு

- பொய்கையாழ்வார் — 7
- பூதத்தாழ்வார் — 16
- பேயாழ்வார் — 23
- திருமழிசையாழ்வார் — 34
- நம்மாழ்வார் — 44
- மதுர கவியாழ்வார் — 53
- குலசேகராழ்வார் — 60
- பெரியாழ்வார் — 68
- சூடிக்கொடுத்த சுடர்க் கொடி (ஆண்டாள்) — 77
- தொண்டரடிப் பொடியாழ்வார் — 88
- திருப்பாணாழ்வார் — 98
- திருமங்கையாழ்வார் — 106

நர்மதாவின் ஆன்மீக நூல்கள்

☐ புகழ்க் கம்பன் தந்த இராமாயண காவியம் (தேர்ந்தெடுக்கப் பெற்ற மூலப் பாடல்களுடன்!) (டெம்மி) (HB)	சக்திதாசன் சுப்பிரமணியன் ஜலஜா சக்திதாசன்	400.00
☐ இந்து சமய தத்துவங்களின் ஞானக் களஞ்சியம் (டெம்மி அளவில்) (HB)	கேசவபெருமாள்	300.00
☐ ஆண்டாள் வாழ்ந்த கதையும் நாச்சியார் திருமொழியும்	தேவநாத ஸ்வாமிகள்	80.00
☐ யோக வாசிஷ்டம்: ஞானத்தின் நுழைவாயில் (விளக்கம்) (கெட்டி அட்டை கட்டமைப்பு)	சிவராமகிருஷ்ண சர்மா	180.00
☐ பதஞ்சலி யோக சூத்திரம்: (HB) எளிய உரைநடை விளக்கம்	பி.எஸ்.ஆச்சார்யா	230.00
☐ ஸ்ரீவிநாயகர் புராணம்	,,	100.00
☐ திருப்பதி வெங்கடாஜலபதி மகிமையும், வரலாறும்	வெ.நாராயணஸ்வாமி	90.00
☐ அண்ணன்மார் சுவாமி கும்மி	கவிஞர் சக்திக்கனல்	75.00
☐ ஜானகி இராமாயணம் (HB)	திவி.இராமாச்சார்யுலு	100.00
☐ ஸ்ரீஅரவிந்தரின் பூரண யோகமும் திருவுருமாற்றமும்	அன்னை ஓம் பவதாரிணி	70.00
☐ ஸ்ரீஅரவிந்தர் – ஸ்ரீஅன்னையின் பொன்மொழிகள் (HB)	காந்திமதி கிருஷ்ணன்	100.00
☐ ஸ்ரீமந் நாராயணீயம் மூலமும் உரையும்	க.ஸ்ரீதரன்	300.00
☐ ஸ்ரீபாதுகா ஸஹஸ்ரம் (DC) (HB)	,,	350.00
☐ முமுட்சுப்படி (முக்தி:வைணவ விளக்கம்) (HB)	மாருதி தாசன் எம்.ஏ,	175.00
☐ அஞ்சனை மைந்தனின் அற்புதங்கள்	சுந்தரவரதன்	100.00
☐ ரமணரின் பார்வையில் 'நான் யார்?'	அபிநவ ராஜகோபாலன்	160.00

■ ■ ■

பன்னிரு ஆழ்வார்களின் திவ்விய வரலாறு

முன்னுரை

திருமாலின் ஒப்புயர்வற்ற பேரழகில் ஈடுபட்டு, அவனுடைய திருக்கல்யாண குணங்களில் ஆனந்தங் கொண்டு, பக்திப் பெருவெள்ளத்தில் ஆழ்ந்தவர்களை 'ஆழ்வார்கள்' என்கிறோம்.

ஆழ்வார்கள் பன்னிருவர் ஆவர். இவர்கள் பண்ணோடு கூடிய தமிழ்ப்பாடல்களை இயற்றியுள்ளனர். தாங்கள் இயற்றியருளிய பாடல்களை இனிமையுடன் இசைத்துப் பாடினர். பாடிப்பாடிப் பக்தியில் ஆழ்ந்தனர். பக்தியால் பரமபதம் எய்தினர்.

ஆழ்வார்கள் திருமாலின் அம்சமே என்பர். எனவே, 'ஆழ்வார்கள் வேறு ஆண்டவன் வேறு' என்று எண்ணுதல் கூடாது. வைணவகுலத் திலகங்களாய் விளங்கியவர்கள் ஆழ்வார்கள்.

நம்மால் ஓதுதற்கு அரியவையும் பெரியவையு மாயுள்ள வேதங்களின் கருத்துக்களைத் தெய்வத் தமிழில் ஆக்கித் தந்த பெருமை இவர்களுக்கே உண்டு. இவர்கள் தெய்வத்

தமிழை–சங்கத்தமிழைப் போற்றி வளர்த்த பெருமைக்குரியவர்கள்; தமிழில் பாடியே இறைவனைக் கண்டு மகிழ்ந்தவர்கள்; தமிழுக்குத் தெய்வத் தன்மையுண்டென்பதைத் தரணிக்கு உணர்த்தியவர்கள்.

இவர்கள் பாடியருளியவை 'திவ்வியப் பிரபந்தங்கள்' என்று அழைக்கப்படுகின்றன. திவ்வியப் பிரபந்தங்கள் நாலாயிரம் திருப்பாடல்களைக் கொண்டதென்பர். தமிழ் வேதமென்று போற்றப்பெறும் நாலாயிரத் திவ்வியப் பிரபந்தங்களைத் திருக்கோவில்களில் சேவிக்கும் வழக்கம் இன்றும் வழக்கிலிருந்து வருகிறது.

தேன் என இனிக்கும், மணக்கும் திவ்வியப் பிரபந்தங்களை இயற்றியருளிய ஆழ்வார்களைப் பற்றி ஒருசிறிதேனும் அறிந்து கொள்ள வேண்டுமல்லவா? வேண்டுமெனின், இந்நூல் உங்களுக்கு உதவக்கூடும்.

இந்நூலைப் படித்தால், உள்ளம் உயர்வடையும்; உலகம் நன்மையுறும்; திருவேங்கடவன் திருவருள் உலகெலாம் பரவும். எனவே, இந்நூலை வாங்கிப் படியுங்கள். தமிழ் மறையின் புகழ் உலகெலாம் ஓங்குவதாக!

காஞ்சிபுரம்,   அன்புடன்,
7-08-1983   **மாருதிதாசன்**

∎∎∎

1

பொய்கையாழ்வார்

உலகில் தெய்வத் தன்மையால் சிறந்து விளங்குவது தொண்டை நாடு. பாரதத்தில் சிறந்து விளங்கும் நகரங்கள் ஏழு என்று கூறுவர்.

அவை காசி, காஞ்சி, அவந்தி, அயோத்தி, மாயா, மதுரா, துவாரகா எனப்படும். இத்தலங்கள் ஏழினுள் ஒன்று கற்றோர் மெச்சும் கச்சிப்பதியாகும். இக் கச்சிப்பதி (காஞ்சி) தொண்டை நன்னாட்டில்தான் உள்ளது.

நகரங்கள் ஏழினுள் சிறந்து விளங்குவது காஞ்சியே என்று சிறப்பித்துக் கூறுவதேன்? இந்நகரில்தான் வானளாவும் கோபுரங்களைக் கொண்ட ஆலயங்கள் பல காட்சியளிக்கின்றன.

இந்நகரில்தான் சான்றோர் பலரும் அன்று முதல் இன்று வரை தோன்றிய வண்ணம் இருந்து வருகின்ற

னர். இந்நகரில்தான் நாள்தோறும் மேள தாளங்கள் முழங்க வாண வேடிக்கைகளுடன் விழாக்கள் பலவும் நடைபெற்ற வண்ணம் இருக்கின்றன.

சைவ, வைணவக் கோயில்கள் பலவும் தெய்வமணம் பரப்பி நிற்பதும் இந்நகரில்தான் காணலாகும். உலக மக்கள் பலரும் நாள்தோறும் வந்து கண்டுகளிப்பதும் இந்நகரைத்தான்!

முத்தி தரும் நகரங்கள் ஏழினுள் முதன்மையான காஞ்சிக்கு நிகராக உலகில் எந்தவொரு நகரமும் இல்லை. இது கச்சி, காஞ்சி, காஞ்சிபுரம் எனப் பல பெயர்களால் அழைக்கப்படும்.

இத்தகைய சிறப்பு மிக்க காஞ்சியில் திருவெஃகா என்றொரு தலம் உண்டு. இத்தலத்தில் கோயில் கொண்டிருக்கும் பெருமானுக்கு 'யதோக்தகாரி' என்பது திருப்பெயராகும். 'யதோக்தகாரி' என்னும் சொல்லுக்கு 'சொன்ன வண்ணம் செய்த பெருமாள்' என்பது பொருள். இப்பெருமானுக்கு இப்பெயர் வந்ததற்கு வரலாறு ஒன்று உண்டு.

ஒரு சமயம், காஞ்சிபுரத்தைப் பல்லவராயன் என்னும் மன்னன் ஒருவன் ஆண்டு வந்தான். இவன் மனைவி திருமழிசை ஆழ்வாரின் அருள் பெற்றவள். எனவே, மன்னனும் ஆழ்வாரின் அருளைப் பெறுவதற்கு விரும்பினான்.

மன்னனின் அரண்மனைக்கு நாள்தோறும் கணி கண்ணன் எனப்படும் புலவர் வந்து போவது வழக்கம். கணிகண்ணனுக்குத் திருமழிசையாழ்வாரிடம் மிகுந்த பக்தியும் தொடர்பும் உண்டு. இதனை அறிந்த மன்னன் திருமழிசையாழ்வாரைத் தன் சபைக்கு அழைத்து வருமாறு கணிகண்ணனுக்கு ஆணை பிறப்பித்தான். ஆனால் கணிகண்ணனோ திருமழிசையாழ்வாரை

அழைத்து வர இயலாதென்று கூறி மறுத்து விட்டார். தன்னைப் பற்றிப் பாட்டாவது ஒன்று பாட வேண்டும் என்று கணிகண்ணனுக்குக் கட்டளை பிறப்பித்தான் மன்னவன்!

"ஆண்டவனை மட்டுமே பாடுவேன்! உம் போன்ற மனிதரைப் பாடமாட்டேன்!" என்று இதற்கு மறுப்புக் கூறிவிட்டார் புலவர்.

இதனால், மன்னனுக்குக் கணிகண்ணன் மேல் கடுஞ்சினம் ஏற்பட்டது. காஞ்சியை விட்டே வெளியேறு மாறு கட்டளை பிறந்தது கணிகண்ணனுக்கு!

அப்போது திருமழிசையாழ்வார் காஞ்சியில்தான் தங்கியிருந்தார். மன்னன் விதித்த கட்டளையைத் திருமழிசையாழ்வாரிடம் எடுத்துக் கூறினார் கணி கண்ணன். பக்தனை மதிக்கத் தெரியாத மன்னவன் ஆளும் நகரத்தில் தங்கியிருத்தல் தகாது என்று திருமழிசையாழ்வார் முடிவு செய்தார். திருவெஃகா சென்றார். அங்கே எழுந்தருளியிருக்கும் பெருமானை இரு கைகளாலும் வணங்கினார்.

"பாம்பணை மேல் பள்ளிக் கொண்டிருக்கும் பரந்தாமா! காஞ்சியை விட்டு கணிகண்ணன் போக விருக்கிறான்; நானும் போகின்றேன். எனவே, நீயும் உன் பாம்பணையாகிய பாயைச் சுருட்டிக் கொண்டு எங்களுடன் புறப்படு!" என்று திருமழிசையாழ்வார் வேண்டி நின்றார்.

"கணிகண்ணன் போகின்றான் காமரு பூங்கச்சி மணிவண்ணா! நீகிடக்க வேண்டா – துணிவுடைய செந்நாப் புலவன்யான் செல்கின்றேன் நீயுமுன்றன் பைந்நாகப் பாய் சுருட்டிக் கொள்"

ஆழ்வார் வேண்டிக் கொண்டபடியே பெருமானும் புறப்பட்டு விட்டார். பெருமாள் புறப்பட்டுவிடவே,

அவருடன் இலக்குமிப் பிராட்டியும் புறப்பட்டு விட்டார். இலக்குமி இல்லாத காரணத்தால், காஞ்சி மாநகரைக் காரிருள் சூழ்ந்தது. இதனை அறிந்த மன்னன் தன் தவற்றை உணர்ந்தான்.

காஞ்சிபுரத்துக்கு அருகேயுள்ள ஓரிடத்தில் பெருமானும், பிராட்டியும், ஆழ்வாரும், கணிகண்ணனும் ஓரிரவு தங்கியிருந்தனர். அந்த இடம் இன்று வரை ஓரிரவிருக்கை (ஓர்+இரவு+இருக்கை) என்னும் பெயரால் வழங்கப்பட்டு வருகிறது.

தன் பிழையுணர்ந்த மன்னன் ஆழ்வாரும் மற்றவரும் இருக்குமிடம் தேடிச் சென்றான்; தன் செயலுக்காக வருந்தினான்; தன்னை மன்னித்து அருள் புரியுமாறு வேண்டி வணங்கினான்; மீண்டும் காஞ்சிக்கு எழுந்தருளுமாறு அனைவரையும் கெஞ்சிக் கேட்டுக் கொண்டான்.

ஆழ்வார் ஒருவாறு மன அமைதி கொண்டார். எனவே, மன்னனின் வேண்டுகோளை நிறைவேற்றி அருளுமாறு பெருமாளை வேண்டிக் கொண்டார். பெருமாளும் ஆழ்வார் சொன்னபடியே செய்தார். ஓரிரவிருக்கை என்னும் இடத்திலிருந்து புறப்பட்டு மீண்டும் காஞ்சியிலுள்ள திருவெஃகாவில் எழுந்தருளி காஞ்சியை ஒளிபெறச் செய்தார் திருமால்!

கணிகண்ணன் போக்கொழிந்தான் காமரு பூங்கச்சி மணிவண்ணா! நீகிடக்க வேண்டும் – துணிவுடைய செந்நாப் புலவனும் போக்கொழிந்தேன் நீயுமுன்றன் பைந்நாகப் பாய்படுத்துக் கொள்.

இவ்வாறு, ஆழ்வாரிடம் தாம் கொண்ட அன்பால், ஆழ்வார் சொன்னபடியெல்லாம் ஆண்டவன் செய்தார். எனவேதான், இங்கெழுந்தருளியிருக்கும் பெருமானுக்கு

'சொன்ன வண்ணம் செய்த பெருமாள்' என்னும் திருப்பெயர் விளங்கலாயிற்று.

அடியார்க்கு எளியனாய் நின்று அருள் பாலிக்கும் சொன்ன வண்ணம் செய்த பெருமாள் எழுந்தருளி யிருக்கும் சந்நிதிக்கு வடக்குப் பக்கத்தில் மலர் மணம் பரப்பும் பொய்கை ஒன்றுண்டு. பொய்கை என்பது மனிதரால் உண்டாக்கப்படாத நீர்நிலை. மனிதரால் தோண்டப் பெறுவது திருக்குளம். இப்பொய்கையில் தாமரை மலர்கள் எழிலுடன் மலர்ந்து இன்மணம் பரப்பும்.

இப்பொய்கையில் அழகான பொற்றாமரை மலர் ஒன்று மலர்ந்திருந்தது. இம்மலரில் இறைவனருளால் ஒரு நாள் அழகான குழந்தை ஒன்று தவழ்ந்து கொண்டி ருந்தது.

துவாபரயுகத்தில் ஐப்பசி மாதம் திருவோண நட்சத் திரத்தில் அவதரித்த இந்தக் குழந்தைக்குத் தந்தையும் தாயும் இறைவனே! திருமாலின் திருக்கையில் விளங்கு வது பாஞ்சசன்னியம் என்னும் வெண்சங்கு. இச்சங்கின் அம்சமாகப் பிறந்தவரே பொய்கைக் குழந்தை. பொய்கை யில் அவதரித்த காரணத்தால் இம்மகவுக்குப் பொய்கை யாழ்வார் என்னும் திருநாமமே வழங்கலாயிற்று.

பெருமாளின் திருவருளால் தோன்றிய பொய்கை யாழ்வார், பெருமான் அருளாலேயே வளர்க்கப்பட்டார். இக்குழந்தை நம்மைப் போலவே வளர்ந்து வந்தது. எனினும், குழந்தை வளர்வதற்கொப்பக் குழந்தையின் உள்ளத்தில் திருமாலின் நினைவும் வளர்ந்து கொண்டே வரலாயிற்று.

பொய்கையாருக்குத் தினந்தோறும் திருமாலைச் சிந்திப்பதும், மலர் மாலைகளால் அலங்கரித்து வந்திப்பதும் வழக்கமாக இருந்து வந்தது. காஞ்சிப்

பெருமானைக் கண்குளிரக் கண்டு வழிபாடு செய்து வந்த பொய்கையார் பாம்பணை மேல் பள்ளி கொண்டு காட்சி யளிக்கும் திருவரங்கப் பெருமானைப் பற்றிக் கேள்வி யுற்றார். அடைந்தார்க்கெல்லாம் அருள் பாலிக்கும் கிடந்த கோலப் பெருமானைக் காணவேண்டும் என்னும் ஆவல் இவர் நெஞ்சில் கொஞ்சம் கொஞ்சமாக வளர்ந்து கொண்டே வந்தது. எனவே, காஞ்சியிலிருந்து புறப் பட்டுத் திருவரங்கம் நோக்கிச் செல்லலானார்.

காவிரியாற்றின் இடைக்குறையில் கார்மேக வண்ணன் பாம்பணை மேல் பள்ளி கொண்டுள்ள பாங்கினைக் கண்டு உள்ளம் உருகினார். திருவரங்கப் பெருமானின் திருமேனியழகிலும், திவ்யாலங்காரச் சிறப்பிலும் தன் மனத்தைப் பறிகொடுத்து நின்றார். எனவே, அவரது நெஞ்சம் வேறொரு தெய்வத்தை நினைக்க மறுத்தது. திருமால் ஒருவரையே தெய்வமெனக் கருதியது. பெருமானின் பேரழகினையும், பேரருட் செயலையும் அவர், அருட்பாடலாகப் பாடி அகங்குழைந்தார்.

பின்னர் அங்கிருந்தும் பிரிய மனமில்லாதவராய்ப் பிரிந்து சென்று திருமால் எழுந்தருளியிருக்கும் திருத் தலங்கள் சிலவற்றுக்குச் செல்லலானார். திருவிண்ண கரம், திருக்கோவலூர், திருவெஃகா, திருவேங்கடம், திருப்பாற்கடல், பரமபதம் முதலான திருத்தலங்கள் பலவற்றைப் புகழ்ந்து பாடல்கள் பல அருளிச் செய்தார்.

திருமாலையே எண்ணி உருகுவதும், அவரது திருக் குணங்களைப் பாடுவதும், திருத்தலங்களைத் தரிசிப்பது மாகத் தன் வாழ்நாளெல்லாம் கைக்கொண்டு ஒழுகி வந்தார் பொய்கையாழ்வார். தன் பக்தித் திறத்தால் அழிவில்லா ஆனந்தத்தை அளிக்கவல்ல முத்திப் பேற்றை அடைந்து, இறைவனின் பேரின்ப நிலையைக் கண்டு, அடியார்க்கருளும் பெருமானின் திருவடி நிழலில் தங்கி, பிறவிப் பயனைப் பெற்றார் பொய்கையாழ்வார்.

பன்னிரு ஆழ்வார்களின் திவ்விய வரலாறு ▮ 13

இவர் பாடிய பாடல்கள் முதல் திருவந்தாதி எனப் பெயர் பெறும். முதல் திருவந்தாதி நூறு பாடல்களைக் கொண்டுள்ளது. இப்பாடல்கள் நூறும் வெண்பா யாப்பைச் சேர்ந்தவை. பொய்கையாழ்வார் பாடல்கள் உய்யும் நெறியை நமக்கு உணர்த்துபவை. அப்பாடல் களில் சிலவற்றைக் காண்போம்.

வாயவனை அல்லது வாழ்த்தாது, கையுலகம்
தாயவனை அல்லது தாந்தொழா – பேய்முலை நஞ்சு
ஊணாக உண்டான் உருவொடு பேரல்லால்
காணாகண் கேளா செவி. 1

(ஊண் – உணவு)

பேய்மகளின் பாலை உணவாக உண்ட குழந்தைக் கண்ணனாகிய திருமாலையன்றி வேறொருவரை என் கண்கள் காணா; அவன் திருநாமம் அன்றி வேறொரு பெயரை என் காதுகள் கேட்கா; என் நா அவனையன்றி வேறொருவரை வாழ்த்திப்பாடாது. உலகுக்கு அன்னை போன்ற அவனை அன்றி வேறொருவரை என் கைகள் வணங்கா.

சென்றால் குடையாம் இருந்தால்சிங் காதனமாம்
நின்றால் மரவடியாம் நீள்கடலுள் – என்றும்
புணையாம் மணிவிளக்காம் பூம்பட்டாம் புல்கும்
அணையாம் திருமாற்கு அரவு. 2

(சிங்காதனம் – அரியணை; மரவடி – பாதுகை; புணை – தெப்பம்; அரவு – பாம்பு (இங்கு ஆதிசேடன்)

அனந்தாழ்வார் எனப்படும் ஆதிசேடன், திருமாலுக்கு நடந்தால் குடையாயிருக்கிறார்; அமர்ந்தால் அரியணை யாகிறார்; எழுந்தருளி நின்றால் பாதுகை (காலணி) யாகிறார்; திருப்பாற்கடலில் பள்ளி கொண்டால் தெப்ப மாகிறார்; மாணிக்கமணியைக் கொண்டிருப்பதால்

விளக்காகிறார்; பட்டாடையாயிருக்கிறார்; அணைக்கும் மெத்தையாகிறார். (இவ்வாறு திருமாலடியார்களும் என்னும் நாராயணனுடனே ஒன்றிக் கலந்திருக்க வேண்டும் என்பது குறிப்பு.)

வேங்கடமும் விண்ணகரும் வெஃகாவும் அஃகாத
பூங்கிடங்கின் நீள்கோவல் பொன்னகரும்–நான்கிடத்தும்
நின்றான் இருந்தான் கிடந்தான் நடந்தானே
என்றால் கெடுமாம் இடர். 3

(இடர் – துன்பம்)

திருமால், திருவேங்கடத்தில் (திருப்பதி) நின்ற கோலத்துடன் எழுந்தருளியிருக்கிறான்; திருவிண்ணகரம் எனப் புகழப்படும் சீர்காழியில் அமர்ந்தகோலம் கொண்டான்; திருவெஃகாவில் பள்ளி கொண்டு அருள்கிறான்; என்றும் குறையாத பூஞ்சோலைகள் நிறைந்த திருக்கோவலூர் என்னும் பொன்நகரில், தூக்கிய திருவடியுடன், பாதங்கள் மண்ணில் பதிய நடந்தான் என்று சொன்ன அளவில், துன்பங்கள் அனைத்தும் நம்மைவிட்டு அகன்றுவிடும்.

நயவேன் பிறர்பொருளை நள்ளேன் கீழாரோடு
உயவேன் உயர்ந்தவரோடு அல்லது – வியவேன்
திருமாலை அல்லது தெய்வம் என்றேத்தேன்
வருமாறென் என்மேல் வினை? 4

(ஆறு – வழி)

மற்றவர் பொருளை விரும்பமாட்டேன்; கீழ்மக்களுடன் பழகமாட்டேன்; உயர்ந்த குலத்தாருடன் அன்றி, பிறருடன் உறவாட மாட்டேன்; திருமாலன்றி மற்றொரு தெய்வத்தை வணங்கமாட்டேன். இவ்வாறிருக்க, வினை (விதி) எவ்வகையில் என்னை வந்தடையும்?

அரன்நா ரணன்நாமம் ஆன்விடை புள்ளூர்தி
உரைநூல் மறையுறையும் கோயில் – வரைநீர்
கருமம் அழிப்பளிப்பு கையது வேல் நேமி
உருவமெரி கார்மேனி ஒன்று.   5

(விடை – காளை; புள் – பறவை; ஊர்தி – வாகனம்; மறை – வேதம்; வரை – மலை; கருமம் – பணி; நேமி – சக்கரம்.)

இப்பாடல் சிவனும், திருமாலும் ஒன்றே என்பதைத் தெளிவுபடுத்துகிறது.

சிவனுக்கு 'அரன்' என்பது பெயர்; காளை வாகனம்; விளக்கும் நூல் நான்கு வேதங்கள்; உறைவிடமோ திருக்கயிலை மலை (இமயமலை); அழித்தல் பணி; கையில் ஏந்தியுள்ள ஆயுதம் சூலம்; அவன் அனல் (தீ) வடிவானவன்.

திருமாலுக்கு 'நாராயணன்' என்பது பெயர்; கருடன் வாகனம்; விளக்கும் நூல் நான்கு வேதங்களும்; உறைவிடம் திருப்பாற்கடல்; காத்தல் பணி; கையில் கொண்டுள்ள ஆயுதம் சக்கரம்; வடிவம் கார்மேகம்.

எனினும் 'மேனி ஒன்று' என்பதால், உடலால் இருவரும் ஒருவரே!

பொய்கையாழ்வார் திருவடிகளே சரணம்.

∎∎∎

2

பூதத்தாழ்வார்

தெய்வத் தலங்கள் பலவற்றைத் தன்னகத்தே கொண்டது தொண்டை வளநாடு. தொண்டை நாட்டின் கடற்கரைப் பட்டினமாகச் சிறப்புடன் முற்காலத்தில் விளங்கிய நகரம் திருக்கடல்மல்லை என்பதாகும். திருக்கடல் மல்லையை மாமல்லபுரம், மகாபலிபுரம் எனவும் வழங்குவர்.

தொண்டை வளநாட்டை ஒரு காலத்தில் பல்லவர் என்ற அரச மரபினர் ஆண்டு வந்தனர். இவர்கட்குத் தலைநகராக விளங்கியது காஞ்சி மாநரகம்; துறைமுகப் பட்டினமாக விளங்கியது மகாபலிபுரம்.

பல்லவ மன்னர்களுள் தலைசிறந்து விளங்கிய மன்னன் நரசிம்மவர்ம பல்லவன். இவன் தந்தை மகேந்திரவர்ம பல்லவன். நரசிம்மவர்மன் திருக்கடல்

மல்லையைச் சிற்பங்கள் பலவற்றால் அழகுபடுத்தினான். கைவண்ணம் மிக்க சிற்பிகள் பலர் கண்ணைக் கவரும் சிற்பங்கள் பலவற்றை மல்லையில் அழகுறச் செதுக்கியுள்ளனர்.

அச்சிற்பங்களுள் சிறந்தவை அருச்சுனன் தவம், பஞ்ச பாண்டவர் ரதங்கள், ஒற்றைக்கல் யானை முதலியன. மல்லையில் எங்கு நோக்கினும் எழில் மிக்க சிற்பங்களாகவே காட்சி தரும். காண்பவரைக் கவரும் கடற்கரைக் கோயில் ஒன்றும் அங்கே உண்டு.

கடற்கரை ஓரமாய் அமைந்துள்ள காரணத்தால் இதனைத் திருக்கடல் மல்லையென்று வழங்குவர்.

நரசிம்மவர்ம பல்லவனுக்கு மகாபலியென்று ஒரு பெயரும் உண்டு. இவனால் இந்நகரம் சிறப்புற்றமையின், மகாபலிபுரம் என்றும் அழைப்பர்.

இத்தகைய சிறப்புமிக்க திருக்கடல்மல்லையில்தான் முதலாழ்வார்களுள் நடுவராகிய பூதத்தாழ்வார் திரு அவதாரம் செய்தார்.

மல்லை நகரம் நீர்வளமும் நிலவளமும் நிறைந்த நகரம். கருமையான கடல்நீர்ப் பரப்பைச் சார்ந்து அமைந்துள்ளது. மல்லையைச் சுற்றிலும் பசுமையான மலர்ச் சோலைகள் நிறைந்திருக்கும். வானளாவிய தென்னை மரங்கள் மக்கட்குப் பலவகைகளிலும் நற்பயன்களைத் தந்து நிற்கும்.

முற்காலத்தில் இங்கு வாழ்ந்து வந்த மக்கள் கல்வியிலும் தெய்வ பக்தியிலும் சிறந்தவர்களாய் விளங்கி வந்தனர். கோயில்களில் எழுந்தருளியிருக்கும் தெய்வத் திருமேனிகட்குச் சாத்துவதற்காக எங்கு பார்த்தாலும் மலர்வனங்கள் பூத்துக் குலுங்கி நின்றன.

மல்லையின் ஒருபுறத்தில் மல்லிகைச் செடிகள் புதர்போலக் காட்சியளித்தன. மணம் பரப்பும் மல்லிகை மலர்ப்புதரின் நடுவே குருக்கத்திக் கொடி ஒன்று படர்ந்திருந்தது. அக்கொடியில் நீல நிற மலர் ஒன்று பூத்துக் குலுங்கியது. குருக்கத்திக் கொடியில் மலர்ந்து மணம் பரப்பிய அந்நீலோற்பவ மலரில்தான் பூதத் தாழ்வாரும் அவதாரம் செய்தார். பொய்கையாழ்வாரைப் போலவே இவரும் தாய் வயிற்றில் பிறக்காதவரே! எனவே, இவரையும் 'அயோ நிஜர்' என்பர்.

துவாபர யுகம் சித்தார்த்தி ஆண்டு ஐப்பசி மாதம் சுக்கில பட்சம் நவமி திதி அவிட்ட நட்சத்திரம் கூடிய புதன்கிழமையன்று பூதத்தாழ்வார் அவதாரம் செய்தருளினார்.

திருமாலின் படைக்கலங்கள் ஐந்து. அவை சங்கு, சக்கரம், கதை, வில், வாள் என்பன. இவற்றுள் ஒன்றாகிய கதையின் அம்சமாகப் பிறந்தவரே பூதத் தாழ்வார். கதையைக் கௌமோதகி என்றும் அழைப்பர்.

கதையின் அம்சமாக அவதரித்த பூதத்தாழ்வார் எப்பொழுதும் திருமாலையே சிந்தை செய்து வந்தார். அவர் நெஞ்சம் திருமாலின் திருவுருவையே எண்ணி உருகியது. அவரது கண்கள் திருமாலின் திருமேனி யழகைக் கண்டு களிப்பதில் மட்டுமே ஆனந்தம் கொண்டன. அவரது திருச்செவிகள் திருமாலின் புகழைக் கேட்பதை மட்டுமே விரும்பின. அவரது நாசி திருத்துழாயின் மணத்தை மட்டுமே நுகர்ந்து மகிழ்ந்தது. அவரது திருவாய் திருமாலின் திருக்குணங்களை மட்டுமே புகழ்ந்து பாடியது. அவரது திருக்கைகள் மலர்களால் திருமாலை அர்ச்சிக்கவும் தொழுது ஏத்தவுமே துடித்தன. அவரது திருக்கால்கள் திருமால் கோயில் கொண்டுள்ள தலங்கட்கெல்லாம் தானாகவே நடந்து சென்றன.

இவ்வாறு பூதத்தாழ்வார் தன்னை முழுவதுமாகத் திருமாலுக்கே அர்ப்பணித்துக் கொண்டார். தன் உடலில் உயிர் தங்கியிருப்பது திருமாலை வணங்கி வாழ்த்தவே என்னும் உணர்ச்சி இவருக்கு மேலிட்டது. திருமாலை முழுவதுமாக அனுபவிப்பதிலேயே இவர் ஆனந்தம் கொண்டார்.

தன் பூதம் (உயிர்) திருமாலுக்காகவே என்று இவர் வாழ்ந்து வந்ததால், இவருக்குப் பூதத்தாழ்வார் என்னும் திருநாமம் நின்று நிலை பெறலாயிற்று.

திருவரங்கம், தஞ்சை, திருக்குடந்தை, திருமாலிருஞ் சோலை, திருக்கோட்டியூர், திருத்தண்கால், திருக் கோவலூர், திருக்கச்சி, திருப்பாடகம், திருநீர்மலை, திருக்கடல்மல்லை, திருவேங்கடம், திருப்பாற்கடல் முதலான தெய்வத் தலங்களைப் பணிந்து பாடி மகிழ்ந்தார்.

இவருக்குத் திருவரங்கப் பெருமான் மீது தணியாத ஆசை. பாம்பணை மேல் பள்ளிக் கொண்டிருக்கும் திருவரங்கப் பெருமான் பூதத்தாழ்வாரின் சிந்தையில் என்றும் நிறைந்திருந்தார்.

இவர் தன் வாழ்நாள் முழுவதும் திருமாலுக்கென்றே வாழ்ந்து வந்தார். திருமாலின் திருப்புகழை மட்டுமே பாடிப் பரவினார்.

இவர் பாடிய பாடல்கள் இரண்டாம் திருவந்தாதி எனப்படும். இரண்டாம் திருவந்தாதியில் உள்ள பாடல்கள் மொத்தம் நூறு. இவை அனைத்தும் வெண்பா யாப்பினால் அமைந்தவை. பூதத்தாழ்வார் பாடிய பாடல்கள் சிலவற்றைக் காண்போம்.

பகற்கண்டேன் நாரணனைக் கண்டேன் கனவில்
மிகக்கண்டேன் மீண்டவனை மெய்யே – மிகக்கண்டேன்

ஊன்திகழும் நேமி ஒளிதிகழும் சேவடியான்
வான்திகழும் சோதி வடிவு 1

(நேமி – சக்கரம், சேவடி – திருவடி)

திருமாலை பகலில் கண்டேன்; இரவில் கனவிலும் கண்டேன்; மீண்டும் அவனைத் தெளிவாகக் கண்டேன். வலக்கையில் சக்கரத்தையும், ஒளி பொருந்திய திருவடி களையும் கொண்ட அவனை, பேரண்டத்தில் தோன்றும் ஒளிப்பிழம்பாக மறுபடியும் கண்டேன்.

அறிந்தைந்தும் உள்ளடக்கி ஆய்மலர் கொண்டார்வம்
செறிந்த மனத்தராய்ச் செவ்வே – அறிந்து அவன்தன்
பேரோதி ஏத்தும் பெருந்தவத்தோர் காண்பரே
காரோத வண்ணன் கழல். 2

(செவ்வே – செம்மையாக; கழல் – தாள், பாதம்)

கண், காது, மூக்கு, நா, உடல் ஆகிய ஐம்பொறி களையும் பற்றி நன்கு அறிந்து கொண்டு அவற்றை ஒருமுகப்படுத்தி, தேர்ந்தெடுத்த மலர்களைக் கொண்டு அர்ச்சித்து, ஆர்வம் நிறைந்த மனத்துடையவர்களாய், திருமாலின் குணங்களையும், புகழையும் செம்மையாக அறிந்து கொண்டு, அவனுடைய திருநாமத்தைச் சொல்லித் துதிக்கும் தவசீலர்களே, கரிய மேகத்தை யொத்த திருமேனியை உடைய நாராயணனின் திருப்பாதங்களைக் காண்பர்.

அத்தியூ ரான்புள்ளை யூர்வான் அணிமணியும்
துத்திசேர் நாகத்தின் மேல்துயில்வான் – முத்தீ
மறையாவான் மாகடல் நஞ்சுண்டான் தனக்கும்
இறையாவான் எங்கள் பிரான். 3

(புள் – பறவை; துத்தி – புள்ளி)

அத்தியூர் என்னும் தலத்திலே எழுந்தருளியிருப்பவன்; கருடனை வாகனமாகக் கொண்டவன்; மாணிக்க

மணியையும், உடலின் மேல்தோலில் புள்ளிகளையும் உடைய பாம்பரசனாகிய ஆதிசேடனின்மேல் பள்ளி கொண்டு இருப்பவன்; மூன்று வகை தீயும், இருக்கு, யசுர், சாமம், அதர்வணம் எனும் நான்கு வேதங்களும் அவனே; ஆலகால விஷத்தை உண்ட சிவனுக்கும் தலைவனாவான் எம்பெருமானாகிய திருமால்.

பின்னால் அருநரகம் சேராமல் பேதுறுவீர்
முன்னால் வணங்க முயல்மினோ – பன்னூல்
அளந்தானைக் கார்கடல்சூழ் ஞாலத்தை யெல்லாம்
அளந்தான் அவன்சே வடி. 4

(ஞாலம் – உலகம்)

எவ்வாறு வாழ்வது என்னும் வகையறியாமல் தடுமாறுபவர்களே! இறந்தபின்னே, கொடிய நரக நெருப்பில் வீழாமல் இப்போதே இறைவனை வணங்க முயலமாட்டீரோ? பல நூல்களால் புகழ்ந்து ஏத்தப்படு பவனும், கரிய நிறமுள்ள கடலால் சூழப்பட்ட இப்பெரிய உலகை வாமனாவதாரத்தில், தன் ஓரடியால் அளந்தவனுமாகிய திருமாலின் திருவடிகளை வணங்கு வீராக!

ஓத்தின் பொருள்முடியும் இத்தனையே உத்தமன்பேர்
ஏத்தும் திறமறிமின் ஏழைகாள் – ஓத்ததனை
வல்லீரேல் நன்று அதனை மாட்டீரேல் மாதவன்பேர்
சொல்லுவதே ஓத்தின் சுருக்கு. 5

ஏழையரே! இறைவனை எவ்வாறு வணங்குவது என்பதை அறிந்து கொள்ளுங்கள்! வேதங்கள் அனைத் திலும் விளக்கப்பெறும் பரம்பொருள் அவன் ஒருவனே! எனவே வேதங்களை ஓதி அவனை வணங்குவீராயின், நல்லது. ஓத இயலவில்லையெனினும், அதற்காக வருந்த வேண்டாம். வேதத்தின் சுருக்கமாகிய திருமாலின் திருப்பெயரைச் சொல்லித் துதித்தலே போதும்.

மண்ணுலகம் ஆளேனே வானவர்க்கும் வானவனாய்
விண்ணுலகம் தன்னகத்தும் மேவேனே – நண்ணித்
திருமாலைச் செங்கண் நெடியானை யெங்கள்
பெருமானைக் கைதொழுத பின்.

(நண்ணி – அடைந்து)

திருவேங்கடத்தில் நின்ற கோலத்துடன் எழுந்தருளி
யிருக்கின்ற, சிவந்த கண்களையுடைய திருமாலை,
எம்பெருமானைத் தஞ்சமடைந்து, கரங்கூப்பி வணங்கிய
பின், மண்ணுலகத்துக்கு அரசனாகும் பேறு பெற்றாலும்
விரும்பமாட்டேன்; சுவர்க்கத்தில், இந்திரன் முதலான
தேவர்கள் அனைவருக்கும் தலைவனாகும் பேற்றையும்
விரும்பமாட்டேன்.

இதே கருத்துடன் குலசேகர ஆழ்வாரும்,
தொண்டரடிப் பொடியாழ்வாரும் அருளிச் செய்த
பாடல்களை, பின்வரும் பகுதிகளில் காண்போம்.

பூதத்தாழ்வார் பொன்னடிகளே சரணம்.

■■■

3

பேயாழ்வார்

உலகில் பாரதம் இன்றளவும் தலைநிமிர்ந்து பெருமையுடன் நிற்பதற்குக் காரணம் நம் நாட்டில் அமைந்துள்ள திருத்தலங்களின் சிறப்பேயாகும். வைணவத் திருத்தலங்கள் மொத்தம் நூற்றெட்டு என்பர். அவற்றுள் இருபத்திரண்டு திருத்தலங்களைத் தன்ன கத்தே கொண்டு விளங்குவது தொண்டை வள நாடாகும்.

தொண்டை வள நாட்டில் அமைந்துள்ள திருவல்லிக் கேணி என்னும் திருத்தலத்தை அறியாதாரும் உளரோ? இத்திருத்தலத்தில் எழுந்தருளியுள்ள பெருமானுக்கு 'பார்த்தசாரதி' என்பது திருநாமம். திருவல்லிக் கேணிக்குத் தென்திசையில் திருமயிலை என்றொரு திருத்தலம் உண்டு. மயிலையை மயிலாப்பூர் (மயிலார்ப் பூர்) என்றும் வழங்குவர்.

மயிலாப்பூரில் மனங்கவர் மாலுக்குத் திருக்கோயில் ஒன்றுண்டு. இக்கோயிலில் எழுந்தருளியுள்ள பெரு

மானுக்கு 'ஆதிகேசவப் பெருமாள்' என்பது திருநாமம். இக்கோயிலில் இன்சுவை நீரைப் பெருக்கும் கிணறு ஒன்று உண்டு.

முன்பொரு காலத்தில், இக்கிணற்றில் செவ்வல்லி மலர் ஒன்று மலர்ந்து மணம் பரப்பிக் கொண்டிருந்தது. இம் மலரில் தெய்வக் குழந்தை ஒன்று தவழ்ந்து கொண்டிருந்தது.

துவாபர யுகம் சித்தார்தி ஆண்டு ஐப்பசி மாதம் சுக்கில பட்சம் தசமி திதி சதய நட்சத்திரம் கூடிய வியாழக் கிழமையன்று அவதரித்த இக்குழந்தையே பிற்காலத்தில் பேயாழ்வார் என்னும் பெயருடன் விளங்கிற்று.

திருமாலின் வாட்படையின் அம்சமே இக்குழந்தை. திருமாலின் வாட்படைக்கு 'நந்தகம்' என்பது பெயர்.

இக்குழந்தை அவதரித்த நாள் முதலாகவே திருமாலிடம் பெரிதும் ஈடுபாடு கொண்டிருந்தது. குழந்தை நாள் தோறும் வளர்வதைப் போலவே, குழந்தையின் உள்ளத்தில் பக்தியும் வளர்ந்து வரலாயிற்று.

பேயாழ்வாருக்குக் குழந்தைப் பருவம் நீங்கி வாலிபப் பருவம் வந்துற்றது. அப்போதும் இவருக்கு உலக இன்பங்களில் நாட்டம் செல்லவில்லை. திருமாலிடம் கொண்ட பக்தி மேலும் மேலும் வளரலாயிற்று.

எனவே, எப்பொழுதும் இவர் திருமாலையே சிந்தை செய்த வண்ணமாக இருந்து வந்தார். நாளுக்கு நாள் பக்தி முற்றி வளர்ந்தது. பக்தி முற்றிய நிலையில் இவர் பித்தரைப் போலவே காட்சியளித்தார். இவர் கண்கள் எதையோ தேடிச் சுழல்வது போலிருக்கும். பரந்தாமனை எண்ணி அழுவார். எதையோ கண்டுவிட்டவர் போலச் சிரிப்பார். திடீரென்று கையெடுத்துக் கும்பிடுவார். இருந்த இடத்தைவிட்டு எழுந்து குதித்துக் குதித்து ஆடி

பன்னிரு ஆழ்வார்களின் திவ்விய வரலாறு ▮ 25

மகிழ்வார். பரந்தாமனின் குணங்களைப் பாடல்களாகப் பாடுவார். பாடிக் கொண்டிருப்பதை மறந்து ஆவேசம் வந்தவரைப் போல அலறுவார். இவ்வாறே இவர் தன் வாழ்நாள் முழுவதும் வாழ்ந்து வந்தார்.

இவரின் இத்தகைய செயல்களைக் கண்டவர் ''இவருக்குப் பேய் பிடித்து விட்டதோ!'' என்று அஞ்சினர். எனவே, இவரைப் பேயாழ்வார் என்றே அழைக்கலாயினர்.

பேயாழ்வார் வாழ்ந்து வந்த காலத்தில் சிவவாக்கியர் என்றொரு அடியார் வாழ்ந்து வந்தார். சிவவாக்கியர் சமயங்கள் பலவற்றையும் நன்றாக அறிந்தவர். சிவவாக்கியருக்குத் திருமாலின் பெருமையை உணர்த்தப் பேயாழ்வார் திருவுள்ளங் கொண்டார்.

எனவே, சிவவாக்கியர் தங்கியிருக்கும் இருப்பிடத்தை நாடி பேயாழ்வார் சென்றார். அவர் இருப்பிடத்துக் கருகே தாமும் ஓர் இருப்பிடத்தை அமைத்துக் கொண்டார்.

அங்குத் தங்கியிருந்த பேயாழ்வார் விந்தையான செயல் ஒன்றினைச் செய்தார். செடிகள் சிலவற்றை எடுத்துக் கொண்டார். அவற்றைத் தலைகீழாக நட்டார். ஓட்டைப் பாத்திரம் ஒன்றையும் அறுந்து போன தாம்புக் கயிறு ஒன்றினையும் எடுத்துக் கொண்டார். இவற்றால் செடிகட்கு நீர் ஊற்றும் வேலையை மேற்கொள்ளத் தொடங்கினார்.

பேயாழ்வார் இவ்வாறு பொருத்தமற்ற செயலைச் செய்து கொண்டிருக்கும்போது, அந்த வழியாக சிவவாக்கியர் வந்து கொண்டிருந்தார். பேயாழ்வாரின் செயலைக் கண்ட சிவவாக்கியர் ''நீர் என்ன பித்தரா? பேயரா? செடிகளைத் தலைகீழாக நட்டிருக்கிறீர்! ஓட்டைப் பாத்திரத்தில் தண்ணீர் தங்குமா? அறுந்து

போன கயிற்றால் தண்ணீரை இறைக்க முடியுமா?'' என்று கூறிப் பரிகசித்தார்.

சிவவாக்கியர் கூறியதைக் கேட்ட பேயாழ்வார் ''நான் பித்தனல்லன். நீர்தான் சரியான பித்தர்!'' எனக் கூறினார்.

ஆழ்வாரின் பதிலைக் கேட்ட சிவவாக்கியர் தலை கீழாகச் செடியை நட்டுப் பொத்தல் குடத்தால் நீர் ஊற்றிய செயலை எடுத்துக் கூறி விளக்கி நின்றார். சிவவாக்கியர் கூறியதைக் கேட்ட பேயாழ்வார் பதிலுரைக்கத் தொடங்கினார்.

''அன்பரே! என்னைப் பார்த்துப் பித்தன் என்றும், பேயன் என்றும் கூறுகின்றீர். உம்முடைய பைத்தியக் காரச் செயலை எடுத்துக் காட்டவேதான் நான் இவ்வாறு செய்தேன். உள்ளபடியே சொல்வதானால் நீர்தான் ஒன்றுமறியாத பித்தர். எது உண்மைச் சமயமென்று உம்மால் இது வரை அறிந்து கொள்ள முடியவில்லை. இது வரை நீர் சார்ந்திருந்த சமயங்கள் ஒன்றா? இரண்டா? இன்று வரை நீர் எந்த சமயத்திலாவது நிலைத்திருந்ததுண்டா?''

''பரம்பொருள் யார்? என அறிந்துகொள்ளும் பக்குவ மாவது உமக்கிருக்கிறதா? தோற்றமும் ஒடுக்கமும் இல்லாத இறையவர் திருமால் ஒருவரே! இவ் வுண்மையை இன்று வரை நீர் அறிந்ததுண்டோ? உண்மைச் சமயத்தை அறிய மாட்டாது உழல்கின்ற நீரல்லவோ உன்மத்தர்! உண்மையான பரம்பொருள் யார் என்று உணராமல் அலைகின்ற நீரல்லவோ சரியான பேயர்!''

இவ்வாறு அழுத்தந் திருத்தமாகப் பேயாழ்வார் கூறி முடித்தார். இதனால் இருவரிடையே வாக்குவாதம் நடைபெற்றது. சைவ சமயமே உண்மைச் சமயமென்று சிவவாக்கியர் வாதம் செய்தார். வைணவ சமயமே

உண்மைச் சமயம் என்று தக்க சான்றுகள் பலவற்றைக் காட்டிப் பேயாழ்வார் தம் கருத்தை நிலைநாட்டினார். இதனால், வைணவ சமயமே உண்மைச் சமயம் என்பதை சிவவாக்கியரும் இறுதியில் ஒப்புக் கொண்டார்.

வைணவ சமயமே உண்மைச் சமயம் என்பதைச் சிவவாக்கியர் ஐயந்திரிபற அறிந்து கொண்டதனால், தன்னைச் சீடராக ஏற்றுக் கொள்ளுமாறு பேயாழ்வாரை விரும்பி வேண்டிக் கொண்டார். அவர் திருவடிகளில் வீழ்ந்து வணங்கினார். ஆழ்வாரும் சிவவாக்கியரைச் சீடராக ஏற்றுக் கொண்டு அருள் புரிந்தார்.

வைணவ சமயத்தின் உண்மைப் பொருள்களை யெல்லாம் விளக்கமாக சிவவாக்கியருக்குப் பேயாழ் வார் உபதேசம் செய்தருளினார். இவ்வாறு உபதேசம் பெற்ற சிவவாக்கியர்தான் திருமழிசையாழ்வார் எனப் பிற்காலத்தில் உலகத்தாரால் அழைக்கப்பட்டார்.

திருமாலின் திருக்குணங்களை வாயாரப் புகழ்ந்து பாடுதல், வைணவ சமயத்தின் ஏற்றத்தை உலகோர்க்கு எடுத்துக் கூறுதல் - இவையே பேயாழ்வாரின் பெரும் பணிகளாக அமைந்தன.

திருமாலுறையும் திருத்தலங்கள் தோறும் சென்று வணங்கி வழிபட்டு வருவதுடன் தெய்வப் பாடல்களைப் பாடிப் பரவுவதும் இவர் கடமைகளாக இருந்தன. திருமாலின் திருத்தலங்கள் பதினான்கினைக் குறித்து இவர் பாடல்கள் பாடியுள்ளார். இவர் அருளிச் செய்த திருப்பாடல்கள் மொத்தம் நூறு. இவை மூன்றாம் திருவந்தாதி எனப்படும்.

மூன்றாம் திருவந்தாதியில் உள்ள பாடல்கள் நூறும் வெண்பா யாப்பால் அமைந்தவையே. வைணவ சமயத் தின் ஏற்றத்தை வையகத்தார்க்குணர்த்திய பேயாழ்வாரின் பெருங்கருணையைச் சிந்திப்போமாக! திருமாலின்

திருவடிகளைப் பரவி அவர் பாடிய பாடல்கள் சிலவற்றைக் காண்போம்.

தாழ்சடையும் நீள்முடியும் ஒண்மழுவும் சக்கரமும்
சூழ்அரவும் பொன்னாணும் தோன்றுமால் – சூழும்
திரண்டருவி பாயும் திருமலைமேல் எந்தைக்கு
இரண்டுருவும் ஒன்றாய் இசைந்து! 1

அருவிகள் பேரிரைச்சலுடன் வீழும் திருவேங்கட மலையில் எழுந்தருளியிருக்கும் என் அப்பன் தாழ்ந்த சடைமுடியும் நீண்ட கொண்டையும் கொண்டவன்; ஒளிமிக்க மழுவாயுதத்தையும், சக்கரத்தையும் ஏந்தியவன்; கழுத்தில் பாம்பை மாலையாக அணிந்தவன்; பொன்னாலாகிய திருநாணை மார்பில் அணிந்தவன்; இவ்வாறு எம்பெருமான் சிவன், திருமால் ஆகிய இருவரும் இணைந்த வடிவினனாய் தோன்றுகிறான்.

அதுநன் றிதுதீதென் றையப் படாதே
மதுநின்ற தண்டுழாய் மார்பன் – பொதுநின்ற
பொன்னங் கழலே தொழுமின்! முழுவினைகள்
முன்னங் கழலும் முடிந்து 2

(ஐயம் – சந்தேகம்; துழாய் – துளசி)

இறைவனை அடையவும், முற்பிறவியிலும், இப்பிறவியிலும் செய்த வினைப்பயன்கள் நம்மை விட்டு அகலவும், இந்த வழியே சிறந்தது, அவ்வழி தீயது என்று ஐயம் கொள்ள வேண்டாம். தேன் ததும்பும், குளிர்ந்த துளசி மாலையை மார்பில் அணிந்த திருமாலின் பொற்பாதங்களை வணங்குவீர்! வினைகள் யாவும் தாமே அகன்றுவிடும்.

உய்த்துணர் வென்னும் ஒளிகொள் விளக்கேற்றி
வைத்தவனை நாடி வலைப்படுத்தேன் – மெத்தெனவே
நின்றான் இருந்தான் கிடந்தான் என் நெஞ்சத்துப்
பொன்றாமை மாயன் புகுந்து. 3

பக்தியுணர்வு என்னும் ஒளி பொருந்திய விளக்கை ஏற்றி வைத்துக் கொண்டு, நாராயணனை அன்பெனும் வலைவீசித் தேடினேன். அவனோ, மென்மையாக என் நெஞ்சகத்தினுள் புகுந்துகொண்டு எழுந்தருளினான்; அமர்ந்தான்; பள்ளி கொண்டுவிட்டான்!

பொருப்பிடையே நின்றும் புனல்குளித்தும் ஐந்து
நெருப்பிடையே நிற்கவும் நீர்வேண்டா – விருப்புடைய
வெஃகாவே சேர்ந்தானை மெய்ம்மலர்தூய்க்
கைதொழுதால்
அஃகாவே தீவினைகள் ஆய்ந்து.   4

(பொருப்பு – மலை; புனல் – நீர்)

தீவினைகள் நீங்க, நீங்கள் மலைகளை நாடிச்சென்று தவமியற்ற வேண்டாம்; நதிகளிலும் குளங்களிலும் புனித நீராட வேண்டாம்; ஐவகை தீ வளர்த்து அவற்றின் நடுவில் நின்று தவஞ்செய்யவும் வேண்டாம்! திருவெஃகாவில் எழுந்தருளியிருக்கும் எம்பெருமானாகிய திருமாலை அன்றலர்ந்த, தூய மலர்களால் அர்ச்சித்து வணங்குவீர்! தீவினைகள் உங்களை அண்டா!

பேயாழ்வார் சேவடிகளே சரணம்!

மூவரும் முதல்வனும்

திருமாலே மூவருள் முதல்வனாக விளங்குகிறார். பிரமன், விஷ்ணு, சிவன் ஆகிய மூவருள் நடுவராக இருந்து உயிர்களைக் காக்கும் கடவுளாக விளங்குபவர் திருமாலே! பிரணவத்தின் உட்பொருளாக அமைந்துள்ள வரும் திருமாலே! பரம்பொருளாக விளங்குபவரும் திருமாலே!

ஒரு பெருந்தெய்வம் திருமாலே என்பதை உணர்ந்த பொய்கையாழ்வார், பூதத்தாழ்வார், பேயாழ்வார் ஆகிய

மூவரும் திருமாலின் புகழைப் பாடுதலையே பணியாகக் கொண்டு வாழ்ந்து வந்தனர். இம்மூவரும் நம்மைப் போலத் தாய் வயிற்றில் பிறக்காதவர்கள் என்பதை முன்பே கூறினோம். இம்மூவரும் திருமாலுக்குத் தொண்டு செய்து கொணடும், யோக நெறியில் நின்றும், ஞான பக்தியை கைக்கொண்டும் ஒழுகி வந்தனர். உண்ணும் உணவும், உடுக்கும் உடையும், வாழும் வாழ்வும் இவர்களுக்குத் திருமாலாகவே காட்சி தந்தன.

உணவும், உடையும், பொன்னும், பொருளும் தேடி இவர்கள் எந்நாளும் நம்மைப் போல் அலைந்து திரிந்ததில்லை. திருத்தலங்கள் பலவற்றுக்கும் செல்வதையே குறிக்கோளாகக் கொண்டு ஒழுகினர். ஒரு நாளும் இவர்கள் ஓரிடத்தில் தங்கி வாழ்ந்ததில்லை என்றாலும், இவர்கள் ஒருவரையொருவர் சந்தித்துக் கொண்டதேயில்லை. எனவே, இவர்கள் மூவரையும் ஓரிடத்தில் சேர்த்து வைத்துக் காணவேண்டுமென்று பெருமாள் திருவுள்ளங் கொண்டார்.

ஒரு நாள் மாலைக்காலம், சூரியன் மேற்குத் திசையில் மறைந்து கொண்டிருந்தான். இருள் மெல்ல மெல்லச் சூழ்ந்து கொண்டிருந்தது. திடீரென்று வானம் இருண்டது. வானைக் கருமேகங்கள் மறைத்துக் கொண்டன. இடியும் மின்னலும் நடுக்கத்தை யுண்டாக்கின. காற்றும் மழையும் கலந்தடித்தன.

அப்போது பொய்கையாழ்வார் திருகோவலூர் என்னும் திருத்தலத்தை நெருங்கிக் கொண்டிருந்தார். திருக்கோவலூரில் மிருகண்டு முனிவரின் மாளிகை ஒன்று இருந்தது. மழைக்கஞ்சிய பொய்கையார் அம்மாளிகையின் இடைகழியில் தங்கினார். இடைகழியை வீட்டின் நடை என்றும் கூறுவர். இடைகழியில் தங்கிய பொய்கையார் களைப்பின் காரணமாகச் சற்று ஓய்வெடுக்கப் படுக்கலானார்.

சற்று நேரத்திற்கெல்லாம் அங்கே பூதத்தார் வந்து சேர்ந்தார். படுத்திருந்த பொய்கையார் பூதத்தாரைக் கண்டதும் மரியாதைக்காக எழுந்து கொண்டார். நாரணன் நாமம் பலவும் சொல்லி அவரை அன்புடன் வரவேற்றார். பொய்கையாரும் பூதத்தாரும் ஒருவரை யொருவர் வணங்கினர்.

"சுவாமிகளே! இந்த இடமோ மிகவும் குறுகலானது. ஒருவர் படுக்கலாம். இருவர் உட்கார்ந்திருக்கலாம்" என்று பொய்கையார் பூதத்தாரிடம் விண்ணப்பித்துக் கொண்டார். எனவே, இருவரும் அந்த இடைகழியில் உட்கார்ந்து கொண்டிருந்தனர். மழை தொடர்ந்து பெய்து கொண்டிருந்தது.

சற்று நேரத்திற்கெல்லாம் மழையில் நனைந்த வண்ணமாகப் பேயாழ்வாரும் அங்கே வந்து சேர்ந்தார். மூவரும் ஒருவருக்கொருவர் வணங்கிக் கொண்டனர்.

அம்மூவரும் உட்காருவதற்கு அந்த இடைகழி போதுமானதாக இல்லை.

"இவ்விடத்தில் ஒருவர் படுக்கலாம். இருவர் அமரலாம். மூவர் நிற்கலாம்!" என்று கூறிய வண்ணம் மூவரும் நின்று கொண்டனர். மழைக்கொதுங்கி நின்ற மூவரும் திருமாலின் திருக்கல்யாண குணங்களை ஒருவருக்கொருவர் எடுத்துக் கூறியும் கேட்டும் மகிழ்ந்து கொண்டிருந்தனர்.

சற்று நேரத்திற்கெல்லாம் மேலும் மழை வலுவடையத் தொடங்கியது. காரிருள் மேலும் கவ்விக் கொண்டது. ஒருவர் முகம் ஒருவருக்குத் தெரியவில்லை. அப்போது அவ்விடத்தில் ஏதோ நெருக்கம் ஏற்படுவது போன்ற உணர்வு அம்மூவருக்கும் ஏற்பட்டது.

"நாம் மூவரும் நிற்பதற்குப் போதுமானதாக இவ்விடம் இருந்ததே! திடீரென்று எப்படி இந்த

நெருக்கடி ஏற்பட்டது? ஒரு வேளை யாராவது இங்கே வந்து நம்மை நெருக்குகிறார்களா? ஒன்றும் புரிய வில்லையே!'' என்று மூவரும் பேசிக் கொண்டனர். ''யாரோ தங்களுடன் ஒருவர் மேலும் வந்து சேர்ந்திருக்க வேண்டும்!'' என்று மூவரும் சந்தேகம் கொண்டனர்.

விளக்கேற்றிப் பார்க்கவும் அங்கே அவர்கட்கு வசதியில்லை. என்ன செய்வது என்று சிந்திக்கத் தொடங்கினர். இம்மூவரும் ஞானிகள் அல்லரோ? எனவே, ஒவ்வொருவரும் தங்கள் கவித்திறத்தால் ஒவ்வொரு வகையில் ஒளிவிளக்கை ஏற்றலாயினர்.

பூமியைத் தகழியாகவும், கடல் நீரை நெய்யாகவும், சூரியனை விளக்காகவும் கொண்டு பொய்கையார் ஒளியை அங்கே தன் கவித்திறத்தால் உண்டாக்கினார்.

''வையம் தகளியா வார்கடலே நெய்யாக
வெய்ய கதிரோன் விளக்காக–செய்ய
சுடராழி யானடிக்கே சூட்டினேன் சொன்மாலை
இடராழி நீங்குகவே என்று''   – பொய்கையார்

அன்பைத் தகழியாகவும், ஆர்வத்தை நெய்யாகவும், சிந்தையைத் திரியாகவும் கொண்டு பூதத்தார் ஞான ஒளியை ஏற்படுத்தினார்.

''அன்பே தகளியா ஆர்வமே நெய்யாக
இன்புருகு சிந்தை இடுதிரியா–நன்புருகி
ஞானச் சுடர்விளக் கேற்றினேன் நாரணற்கு
ஞானத் தமிழ்புரிந்த நான்.''   – பூதத்தாழ்வார்

இவ்வாறு பொய்கையாரும், பூதத்தாரும் ஏற்றிய ஞானவொளியால் அவ்விடத்தைச் சூழ்ந்திருந்த இருள் உடனே விலகியது. அப்போது அங்கே இட நெருக் கடியை ஏற்படுத்திக் கொண்டிருந்தவரைத் தன் கண் குளிரக் கண்டு தரிசித்து மகிழ்ந்தார் பேயாழ்வார். மூன்று

ஆழ்வார்களுடன் நாலாமவராக அங்கே வந்து நெருக்கடியை ஏற்படுத்தியவர் யார்? மூவருள் முதல்வனாம் மூர்த்தியே அங்கே வந்து அருள் புரிந்தவர்!

"திருக்கண்டேன் பொன்மேனி கண்டேன் திகழும்
அருக்கன் அணிநிறமும் கண்டேன் – செருக்கிளரும்
பொன்னாழி கண்டேன் புரிசங்கம் கைக்கண்டேன்
என்னாழி வண்ணன்பால் இன்று" – பேயாழ்வார்.

பாற்கடலில் பாம்பணை மேல் கண்வளரும் பரந்தாமன் அவர்களுக்குக் காட்சி தந்தார். திருமாலின் பொன்வண்ண மேனியை மூவரும் தரிசித்தனர்; அளவிலா ஆனந்தம் கொண்டனர்; அருந்தமிழால் நாவாரப் பாடித் துதித்தனர். மூவர்க்கும் முதல்வனாம் மூர்த்தி, ஆழ்வார் மூவருக்கும் அருள் பாலித்து அவ்விடத்தை விட்டு அகன்றார்.

பிராட்டியொடும் பொலிவுற்ற பெருமாளைக் கண்டு களித்த மூவரும் பேரானந்தம் எய்தினர். பின்னர், அங்கிருந்து புறப்பட்டுத் திருப்பதிகள் பலவும் சென்று திருமாலைச் சேவித்துப் பாடல்கள் பலவும் பாடி மகிழ்ந்து வரலாயினர். தங்கள் யோக பலத்தால் இம்முதலாழ்வார் மூவரும் ஆயிரக்கணக்கான ஆண்டுகள் இந்த அவனியில் வாழ்ந்து உலக மக்களுக்கு உய்யும் நெறியை உணர்த்தியருளினர்.

முதலாழ்வார் மூவர்க்கும் உலக முதல்வன் அருள் பாலித்த விதம் சிந்தித்து மகிழ்வதற்குரியது.

முதலாழ்வார் திருவடிகளே சரணம்!

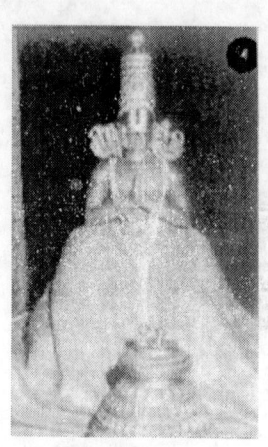

4

திருமழிசையாழ்வார்

உலகம் முழுவதும் பாரதத்தைப் பாராட்டுவதுடன் பின்பற்றி நடப்பதற்கும் காரணம் பாரதத்தின் ஆன்மீகச் செல்வமேயாகும். ஆன்மீகத்தைச் செம்மைப்படுத்தும் பணியினைத் திருக்கோயில்களே செய்து வருகின்றன. திருக்கோயில்கள் நிறைந்து காணப்படும் பெருமைக் குரியது தென்னகமேயாகும். தெய்வ மணம் கமழும் தென்னகத்தில் தான் திருமழிசையென்றொரு சிறப்புடன் விளங்கும் திருத்தலமும் பொலிவுடன் இலங்குகிறது.

தமிழகத்தின் தலைநகராக விளங்கும் தருமமிகு சென்னையம்பதிக்கு அருகில் பூந்தண்மலி என்றொரு திருத்தலம் உண்டு. பூந்தண்மலியைப் பூந்தமல்லி

என்றும், பூவிருந்தவல்லி என்றும் வழங்குவர். இப்பூந்தண்மலி நகருக்கு அருகில்தான் திருமழிசை யெனும் திருத்தலம் இருக்கிறது.

திருமழிசைப்பதியில் முன்பொருகால் பார்க்கவர் என்னும் பெயருடைய முனிவர் கடுந்தவம் செய்து வந்தார். இம்முனிவருக்கும் கனகாங்கி எனப்படும் தேவமாதுக்கும் திருமாலின் திருவருளால் தெய்வக் குழந்தை ஒன்று அவதரித்தது. இக்குழந்தை திருமாலின் திருக்கரத்தில் விளங்கும் சுதர்சனம் என்னும் சக்கரத்தின் அம்சமாகத் தோன்றியது.

துவாபர யுகம் தைமாதம் மக நட்சத்திரத்தில் அவதரித்த இக்குழந்தைக்கு நம்மைப் போன்று உறுப்புக்கள் காணப்படவில்லை. வெறும் பிண்ட மாகவே காட்சியளித்தது. எனவே, இக்குழந்தையின் பெற்றோர் தங்கட்குப் பிறந்த பிண்டத்தை அங்கிருந்த பிரப்பம் புதர் ஒன்றில் எறிந்து விட்டுப் போய்விட்டனர். பெற்றோர் சென்று விட்ட சிறிது நேரம் கழித்துக் குழந்தை வாய்விட்டு அழத் தொடங்கியது.

குழந்தையின் அழுகையொலியைக் கேட்டுத் திருமழி சையில் எழுந்தருளியுள்ள ஜகந்நாதப் பெருமானும் பிராட்டியும் குழந்தை இருக்குமிடத்துக்கு எழுந் தருளினர். குழந்தைக்குத் தரிசனம் தந்து விட்டு இருவரும் மறைந்தருளினர். பெருமானும் பிராட்டியும் மறைந்து விட்டதைக் கண்ட குழந்தை பெரிதும் அழத் தொடங்கியது.

அப்போது திருவாளன் என்னும் வேளாளன் ஒருவன் அவ்வழியே வந்து கொண்டிருந்தான். குழந்தையின் அழுகையொலி வேளாளனின் செவிகளில் வீழ்ந்தது. அருகில் சென்று பார்த்தான். குழந்தையின் அழகில் மயங்கினான். குழந்தையைத் தன் இரு கரங்களாலும்

அள்ளி எடுத்துக் கொண்டான். தன் வீட்டுக்கு விரைந்து சென்றான். அன்புடன் தன் மனைவியிடம் அக்குழந்தையைக் கொடுத்து நின்றான்.

"பிள்ளைப் பேறு இல்லாத நமக்கு இறைவன் தந்த பரிசு இது!" என்று கூறியவண்ணம் அவ் வேளாளனின் மனைவியும் குழந்தையை மகிழ்ச்சியுடன் பெற்று மகிழ்ந்தாள். குழந்தையைச் சீராட்டி வளர்க்கப் பாலூட்டினாள். ஆனால், குழந்தையோ பாலுண்ண மறுத்து விட்டது. திருமாலின் திவ்விய தரிசனத்தை அமுதமாகப் பருகிய அக்குழந்தைக்கு வேறு எந்த உணவும் தேவைப்படவில்லை. பெருமாளின் திருக் காட்சியாகிய அமுதத்தை உண்ட அக்குழந்தை நாளொரு மேனியும் பொழுதொரு வண்ணமுமாக வளர்ந்து வந்தது. அக்குழந்தையின் உடலில் தெய்வீக ஒளி வீசியது.

பால்கூட உண்ணாமல் ஒளியுடன் வளர்ந்து வரும் குழந்தையின் தெய்வத் தன்மையை அவ்வூரில் உள்ளார் அனைவரும் கண்டு வியந்து போற்றினர். அவ்வூரில் வாழ்ந்து வந்த வேளாளக் கிழவன் ஒருவன் தன் மனைவியை அழைத்துக் கொண்டு அக்குழந்தையைக் காண அங்கு வந்து சேர்ந்தான். அன்புடன் தான் கொண்டு வந்த பாலை உண்டு அருள் புரியுமாறு அக்குழந்தையை வேண்டிக் கொண்டான். வேளாளக் கிழவனின் அன்புக்குக் கட்டுப்பட்டு அவன் கொண்டு வந்த பாலைக் குழந்தை உண்டு மகிழ்ச்சி தந்தது. நாள் தோறும் தவறாமல் பால் கொண்டு வரும் வேளாளனின் அன்பை அத்தெய்வக் குழந்தை ஏற்றுக் கொண்டது.

ஒரு நாள், குழந்தை தான் பருகி மிகுந்த பாலை அவ் வேளாளனிடமே கொடுத்தது. "நீங்கள் உண்ணுங்கள்!" என்று கூறியது. அவனும் அவன் மனைவியும் குழந்தை தந்த பாலை, பக்தியுடன் வாங்கிப் பருகினர். உடனே,

அவர்களின் கிழப்பருவம் நீங்கியது. இருவரும் எழில் மிகுந்த இளமைப் பருவத்துடன் விளங்கினர். இத் தெய்வக் குழந்தையின் அருளால் அவர்களுக்கு ஆண்மகவு ஒன்று பிறந்தது. அக்குழந்தைக்குக் கணிகண்ணன் என்று திருப்பெயர் சூட்டினர். கணிகண்ணனை இவரின் திருமுன்பு கிடத்தினர். இவரின் திருவருட் பார்வையால் கணிகண்ணனுக்குக் கலைகள் பலவும் கற்றுணரும் திறமை வந்தெய்தியது.

இக்குழந்தை இவ்வாறு ஏழு வயது வரை அவ்வேளாளனிடமே வளர்ந்து வந்தது. பின்னர் இவர் திருமழிசையிலிருந்தும் புறப்பட்டுப் பல இடங்கட்கும் செல்லலானார். தன் யோக வலிமையால் முழுமுதற் கடவுளை அறிய முற்பட்டார். சாக்கியம், சமணம், பௌத்தம் முதலிய சமயங்கள் பலவற்றையும் சார்ந்தார். பின்னர், சைவ சமயத்தைச் சார்ந்து சிவவாக்கியர் என்னும் பெயருடன் விளங்கினார்.

சைவ சமயக் கடவுளாகிய சிவபிரானையே சிந்தை செய்து ஓரிடத்தில் தனிமையாக வாழ்ந்து வந்தார். இவருக்குத் திருமாலின் அருட் பெருங் குணங்களை எடுத்துக் கூறி நல்வழிப்படுத்தப் பேயாழ்வார் அங்கு வந்து சேர்ந்தார். திருமாலே முழுமுதற் கடவுள் என்பதைப் பேயாழ்வார் சிவவாக்கியருக்குத் தெளிவுபட எடுத்துக்கூறி விளக்கினார். உண்மையுணர்ந்த சிவவாக்கியர் பேயாழ்வாரின் திருவடிகளைத் தொழுது வணங்கி, திருமழிசைக்குத் திரும்பி வந்து திருமாலையே தியானித்து வரலானார்.

திருமாலையே சிந்தை செய்து கொண்டிருக்கும் சிவவாக்கியர் முன் சிவபெருமான் தோன்றிக் காட்சி யளித்தார். ஏதாவது வரம் கேட்குமாறு சிவவாக்கியரைச் சிவபிரான் கேட்டுக் கொண்டார் எனினும், சிவவாக்கியர்

வாய்திறந்து ஏதும் கேட்கவில்லை. சிவபிரான் பலவாறு எடுத்துக்கூறி வரம் ஒன்றாவது தன்னிடம் கேட்டுப் பெறுமாறு வற்புறுத்தினார். சிவபிரானிடம் எதனையும் பெற சிவவாக்கியர் மறுத்து விட்டார். திருமாலைத் தியானிப்பதிலேயே ஈடுபாடு கொண்டவராக இருந்தார்.

சிவவாக்கியரின் விஷ்ணு பக்தியை மெச்சிய சிவபிரான் இவருக்குப் 'பக்திசாரர்' என்னும் திருநாமம் சாத்தி மறைந்தருளினார்.

இதன் பின்னர், பக்திசாரர் அங்கிருந்தும் புறப்பட்டு மலைக்குகை ஒன்றில் தங்கி யோக நிலையில் இருந்தார். அப்போது பொய்கையார், பூதத்தார், பேயார் ஆகிய முதலாழ்வார் மூவரும் அங்கே வந்து சேர்ந்தனர். ஒளிமிக்க பக்திசாரரைக் கண்டு உள்ளம் உவந்தனர். இம்மூவருடன் பக்திசாரரும் சேர்ந்து கொண்டார்.

நால்வரும் திருமாலின் திருக்கல்யாண குணங்களை ஒருவருக்கொருவர் எடுத்துக் கூறியும் கேட்டும் சிந்தித்தும் துதித்தும் அனுபவித்தும் ஆனந்தமடைந்தனர். சிலகாலம் சென்றபின், மலைக்குகையிலிருந்தும் நீங்கிய நால்வரும் திருமயிலை சென்று சேர்ந்தனர். சிலகாலம் அங்கு தங்கிய பின் முதலாழ்வார் மூவரும் பக்தி சாரரிடம் விடைபெற்றுக் கொண்டு திருத்தலங்கள் பலவற்றைத் தரிசிக்கச் சென்று விட்டனர்.

பக்திசாரர் திருமயிலையிலிருந்தும் திருமழிசைக்கே திரும்பி வந்தார். இவரைக் கண்டு அனைவரும் பக்தியுடன் வணங்கி வரவேற்றனர். பக்திசாரரைத் திருமழிசையாழ்வார் என்னும் திருநாமத்தால் அன்புடன் அழைக்கத் தொடங்கினர்.

திருமழிசையாழ்வார் வழக்கம் போலத் திருமண் சாத்திக் கொள்ளும் பொருட்டுத் திருமண்ணைத் தேடினார். ஆனால், திருமழிசையிலோ எங்குமே

திருமண் கிடைக்கவில்லை. எனவே, ஆழ்வார் மனங் கலங்கினார். கச்சித் திருவெஃகாவின் பொற்றாமரைப் பொய்கையில் திருமண் கிடைக்கும் என்பதைத் திருவேங்கடவப் பெருமான் ஆழ்வாருக்குக் கனவு முகமாக உணர்த்தியருளினார்.

எனவே, ஆழ்வார் காஞ்சிபுரம் நோக்கிச் செல்லலானார். காஞ்சியை அடைந்த ஆழ்வார் கச்சித் திருவெஃகாவின் பொற்றாமரைப் பொய்கையில் திருமண்ணைக் கண்டெடுத்துச் சாத்திக் கொண்டார். திருவெஃகாவில் எழுந்தருளியுள்ள பெருமாளைப் பணிந்து ஏத்தினார். ஆண்டுகள் பலவாக அங்கேயே தங்கி வாழ்ந்து வரலானார்.

திருமழிசையாழ்வார் காஞ்சியில் வந்து தங்கியுள்ள செய்தி கணிகண்ணருக்கு எட்டியது. தன் ஆசானைக் கண்டு தரிசிக்கக் கணிகண்ணர் அங்கே வந்து சேர்ந்தார். தன் ஆசிரியராகிய திருமழிசையாழ்வாருக்குப் பணி விடைகள் பலவும் செய்து வரலானார்.

கணிகண்ணருக்காகத் திருமழிசையாழ்வார் பெருமாளையே ஓரிரவு காஞ்சியை விட்டு வெளியே தங்கச் சொன்னார். பெருமாளும் ஆழ்வார் சொன்ன வண்ணமே செய்தார். பின்னர், காஞ்சிப் பல்லவ மன்னன் பணிவுடன் வேண்டிக் கொண்டதற்கேற்பப் பெருமாளை மீண்டும் காஞ்சிக்கே எழுந்தருளப் பண்ணினார். இவ்வாறெல்லாம் தன் பக்தித் திறத்தைத் திருமழிசையாழ்வார் வெளிப்படுத்தியருளினார்.

பின்னர், காஞ்சியிலிருந்தும் புறப்பட்டுத் திருக்குடந்தைக்கு எழுந்தருளினார். அங்கே கோயில் கொண்டிருக்கும் ஆராவமுதப் பெருமானைக் கண்டு சேவித்தார். பெருமானுடன் நேருக்கு நேர் பேசும் திருவருள் திருமழிசையாழ்வாருக்குக் கிட்டியது. அங்கே

யோக நிலையில் பல ஆண்டுகள் இருந்த ஆழ்வார் பரமபதமெய்தினார்.

திருமாலின் திருவருளை வியந்து பாடுவதில் இவர் பேரின்பம் கண்டவர். இவர் பாடிய பிரபந்தங்கள் திருச்சந்த விருத்தம், நான்முகன் திருவந்தாதி எனப்பெயர் பெறும். திருச்சந்த விருத்தம் 120 பாடல்களையும், நான்முகன் திருவந்தாதி 96 பாடல்களையும் கொண்டது. பக்திச் சுவை சொட்டும் இவர் பாடல்கள் சிலவற்றைக் காண்போம்.

ஊனின்மேய ஆவிநீ உறக்கமோடு உணர்ச்சிநீ
ஆனின்மேய ஐந்தும்நீ அவற்றுள்நின்ற தூய்மைநீ
வானினோடு மண்ணும்நீ வளங்கடற் பயனும்நீ
யானும்நீய தன்றியெம்பி ரானும்நீ யிராமனே!'' 1

(ஊன் – உடல்; ஆவி – உயிர்; ஆ – பசு)

இராமா! உடலில் உறைகின்ற உயிர் நீ; உறக்க நிலையும் உணர்வு நிலையும் நீ; பசு முதலான ஐந்தறிவு உள்ள விலங்குகளும், அவற்றுள் ஒளிரும் தூய்மையும் நீயே! வானம் நீ; பூமியும் நீ; பூமியைச் சூழ்ந்திருக்கும் கடலும் அதன் வளங்களும் நீ; அடியவனாகிய நானும் நீ; என் இறைவனும் நீயே!

ஒன்றிநின்று நற்றவம்செய் தூழியூழி தோறெலாம்
நின்றுநின் றவன்குணங்கள் உள்ளியுள்ளம் தூயராய்
சென்றுசென்று தேவதேவர் உம்பரும்பர் உம்பராய்
அன்றியெங்கள் செங்கண்மாலை யாவர்காண
வல்லரே! 2

(ஊழி – யுகம்; உள்ள – நினைத்து; உம்பர் – தேவர்)

இறைவனுடன் மனம் ஒன்றியவராய், தவவாழ்வை மேற்கொண்டு, யுகங்களைக் கடந்து நிலைத்து நிற்பவ

னாகிய திருமாலின் நற்பண்புகளை நினைந்து நெஞ்சுருகி, தூய மனத்தினராய், மனித வாழ்க்கைக்குப் பின் தேவ நிலையை அடையும் உயர்ந்தவர்களன்றி, வேறு யாரால், சிவந்த விழிகளையுடைய திருமாலைக் காண இயலும்?

வைதுநின்னை வல்லவா பழித்தவர்க்கும் மாறில்போர்
செய்துநின்னை செற்றதீயில் வெந்தவர்க்கும் வந்துனை
எய்தலாகும் என்பர் ஆதலா லெம்மாய! நாயினேன்
செய்த குற்றம் நற்றமாக வேகொள்ஞால நாதனே! 3

(வைது – இகழ்ந்து; ஞாலம் – உலகம்)

உலகின் தலைவா! யாவும் வல்லவனே! மாயவனே! நின்னை இகழ்ந்து பழித்தவர்களும், நின்னோடு கொள்கையில் மாறுபட்டு, போர் செய்து, நின் சினமென்னும் தீயினால் வெந்து அழிந்த துரியோதனன், கர்ணன், இராவணன், கும்பகர்ணன், வாலி முதலானோரும், முடிவில் நின்னையே வந்தடைந்தனர் என்பதால், நாய்போல் இழிந்தவனாகிய யான் செய்த குற்றங்களையும், நீ நன்மையாகவே கருதி ஏற்றுக் கொள்ள வேண்டும்.

அத்தனாகி அன்னையாகி ஆளுமெம் பிரானுமாய்
ஒத்தொவ்வாத பல்பிறப்பு ஒழித்துநம்மை
யாட்கொள்வான்
முத்தனார் முகுந்தனார் உகந்துநம்முள் மேவினார்
எத்தினால் இடர்க்கடல் கிடத்தியேழை நெஞ்சமே! 4

(அத்தன் – தந்தை)

அனைத்து உயிர்களுக்கும் தாயாகவும், தந்தையாக வும், இறைவனாகவும் விளங்குகின்ற, பிறவியென்னும் துன்பத்தையறுத்து நம்மை ஆட்கொண்டு அருள்பவனாகிய, ஒளி பொருந்திய முத்தைப் போன்றவனாகிய முகுந்தன், நம் நெஞ்சில் நிறைந்திருக்கிறான். ஏழை

நெஞ்சே! பிறகு ஏன் துன்பக்கடலில் கிடந்து உழல்கிறாய்?

> கூற்றமும் சாரா கொடுவினையும் சாரா, தீ
> மாற்றமும் சாரா வகையறிந்தேன் – ஆற்றங்
> கரைகிடக்கும் கண்ணன் கடல்கிடக்கும் மாயன்
> உரைகிடக்கும் உள்ளத் தெனக்கு.   5

(கூற்றம் – இயமன்)

காவிரியாற்றங்கரையில் அமைந்துள்ள திருவரங்கத் திலும், திருப்பாற்கடலிலும் பள்ளி கொண்டவனாகிய மணிவண்ணனின் நாராயண மந்திரமானது என் நெஞ்சில் நிலைத்திருப்பதால், இயமனும், கொடிய வினைகளும், தீய எண்ணங்களும் என்னை அணுகாத நல்வழியை நான் அறிந்து கொண்டேன்.

> வேங்கடமே விண்ணோர் தொழுவதுவும் மெய்ம்மையால்
> வேங்கடமே மெய்வினைநோய் தீர்ப்பதுவும்–வேங்கடமே
> தானவரை வீழத்தன் ஆழிப்படை தொட்டு
> வானவரைக் காப்பான் மலை.   6

(ஆழி – சக்கரம்; வானவர் – தேவர்கள்)

உண்மையில், தன் சக்கர ஆயுதத்தால் அரக்கர்களை அழித்து, தேவர்களைக் காத்தவனாகிய திருமால் எழுந்தருளியிருக்கும் மலையும், தேவர்களால் தொழுது ஏத்தப்படுவதும், முன்வினையால் உடலில் உண்டாகும் நோய்களைத் தீர்ப்பதும் திருவேங்கடமலையே ஆகும்.

> இனியறிந்தேன் ஈசற்கும் நான்முகற்கும் தெய்வம்
> இனியறிந்தேன் எம்பெருமான் உன்னை –
>   இனியறிந்தேன்
> காரணன் நீ! கற்றவை நீ! கற்பவை நீ! நற்கிரிசை
> நாரணன் நீ நன்கறிந்தேன் நான்.   7

(நான்முகன் - பிரம்மா; கிரிசை - செயல்)

நாராயணனே! நல்ல செயல்களும், அவற்றைச் செய்வதற்கான காரணங்களும் நீ! வேதங்களும் அவற்றைக் கற்றறிந்த பெரியோர்களும் நீ! ஈசனாகிய சிவனுக்கும் நான்முகனுக்கும் தலைவன் நீ! எம்பெருமானே! நான் உன்னை நன்றாக அறிந்து கொண்டுவிட்டேன்.

திருமழிசையாழ்வார் திருவடிகளே சரணம்!

■■■

5

நம்மாழ்வார்

தெய்வத் தமிழ்மொழிக்குச் சங்கம் அமைத்து வளர்த்த பெருமைக்குரியது பாண்டிவளநாடு. தாமிர பரணி எனப்படும் பொருநையாறு பாய்ந்து பாண்டி நாட்டை வளங்கொழிக்கச் செய்கிறது. இப்பொருநை யாற்றங் கரையில் திருநகரி என்னும் திருத்தலம் ஒன்று அமைந்துள்ளது. திருநகரிக்கு திருக்குருகூர் என்றொரு பெயரும் உண்டு. குருகூரில் வேளாளர் பலர் உழவுத் தொழில் செய்து உலகத்தை வாழ்வித்து வந்தனர்.

திருமாலின் திருவடிகட்குத் தொண்டு பூண்டு ஒழுகுதலையே கடமையாகக் கொண்ட வேளாளர் ஒருவர் திருக்குருகூரில் வாழ்ந்து வந்தார். அவர் பெயர் காரியார் என்பது. உடைய நங்கையார் என்னும் மாதரசியார்

காரியார்க்குத் துணைவியாராய் அமைந்தார். காரியாரும் உடைய நங்கையாரும் மனமொத்த வாழ்வு நடத்தி வந்தனர்.

திருமணமாகி ஆண்டுகள் பலவாகியும் இவர்கட்குக் குழந்தைப் பேறு வாய்க்கவில்லை. எனவே, இவர்கள் தங்கள் குறைதீரத் திருக்குறுங்குடி எனப்படும் திருத்தலத்துக்குச் சென்றனர். அங்கு எழுந்தருளியிருக்கும் நம்பியென்னும் திருநாமம் கொண்ட பெருமாளின் திருவடிகளில் வீழ்ந்து வணங்கினர். பிள்ளையில்லாக் குறையைத் தீர்த்து வைக்குமாறு பெருமாளிடம் வேண்டிக் கொண்டனர். தாமே அவர்கட்குப் பிள்ளை யாக வந்து பிறப்பதாகப் பெருமானும் அவர்கட்கு வரமளித்தார். வரமளித்ததுடன் பிரசாதமும் கொடுத் தருளினார்.

பெருமானின் அருள்மொழி கேட்ட தம்பதியர் பெரிதும் அகமகிழ்ந்தனர். பெருமாளே விரும்பித் தந்த பிரசாதத்தைப் பக்தியுடன் பெற்றுக் கொண்ட இவர்கள் நேரே தங்கள் ஊரான திருநகரிக்குத் திரும்பினர். திருநகரியில் வாழ்ந்து வருங்கால், இவர்கட்குத் திருமாலின் திருவருளால் ஆண்மகவு ஒன்று பிறந்தது.

திருமாலின் அம்சமும், திருமாலின் திருமார்பில் திகழும் கௌத்துபம் என்னும் மணியின் அம்சமும் சேனை முதலியாரின் அம்சமும் கொண்டு இக்குழந்தை அவதாரம் செய்தது. வைகாசி மாதம் 12-ஆம் தேதி சுக்கில பட்சம் வெள்ளிக்கிழமை விசாக நட்சத்திரம் கூடிய கடக லக்னத்தில் இக்குழந்தை அவதாரம் செய்தது.

திருமாலுக்குக் குடையாகவும், இருக்கையாகவும், படுக்கையாகவும் அமைந்து தொண்டு செய்பவர் அனந்தாழ்வார் எனப்படும் ஆதிசேஷன். இக்குழந்தை திருமாலின் அம்சமாக அவதரித்தபடியால், இக்குழந்தை

மீது வெயில் முதலியன தாக்காதிருக்கும் வகையில் ஆதிசேஷனாகிய பாம்பரசன் திருக்குருகையில் ஒரு புளிய மரமாக வந்து அவதரித்தார். இப்புளிய மரத்தின் அடியில்தான் இக்குழந்தையும் வளர்ந்து வந்தது.

பிறந்ததிலிருந்து இக்குழந்தை பாலுண்ணாமலும் அழாமலும் கிடந்தது. இக்குழந்தையின் நிலையினைக் கண்ட பெற்றோர் அத்திருநகரியில் அமைந்துள்ள பெருமாள் கோயிலுக்கு இக்குழந்தை பிறந்த பன்னி ரண்டாம் நாள் எடுத்துச் சென்றனர். அக்கோயிலில் எழுந்தருளியிருக்கும் பெருமாளின் பெயர் பொலிந்து நின்ற பிரான் என்பது. அப்பெருமாளின் திருவடிகளில் இக்குழந்தையைக் கிடத்தினர்.

இத்தெய்வக் குழந்தை உலகில் பிறக்கும் மற்ற குழந்தைகளைப் போல் இல்லாமல் மாறாக இருந்ததால் மாறன் என்னும் திருநாமம் சாத்தினர். பின்னர், புளிய மரத்தின் அடியிலே பொன்னால் செய்யப் பெற்ற அழகான தொட்டில் ஒன்றில் கிடத்திக் குழந்தையைப் பாதுகாத்து வந்தனர்.

தாயின் வயிற்றில் இருக்கும்போது எந்தக் குழந்தை யும் ஞானமுடையதாயிருக்கும். பிறந்த பின்னர் தான் குழந்தைகளிடம் உலக இயல்புகள் வந்து ஒட்டிக் கொள்கின்றன. அழுதல், கூச்சலிடுதல் முதலான செயல்கள் பிறந்த பின்னரே நிகழ்பவை. இதற்குக் காரணம் சடம் என்னும் வாயு சூழ்ந்து கொள்ளு தலேயாகும்.

இத்தெய்வக் குழந்தையையும் பற்றிக் கொள்ளச் சடம் என்னும் வாயு வந்தது. இது ஞானக் குழந்தையல்லவா? எனவே, சடம் என்னும் வாயு தன்னைத் தீண்ட வருதலைக் கண்டு இக்குழந்தை கோபம் கொண்டது. இக்குழந்தையின் கோபத்தைக் கண்டு அச்சடமும் அஞ்சி

ஓடிவிட்டது. சடத்தைக் கோபித்த காரணத்தால் இக்குழந்தைக்குச் 'சடகோபர்' என்றொரு பெயரும் ஏற்படலாயிற்று.

இவ்வாறு கண்விழிக்காமல் பதினாறு ஆண்டுகள் சடகோபர் யோக நிலையிலேயே புளிய மரத்தினடியில் எழுந்தருளியிருந்தார். பதினாறு வயதளவும் பேச்சு மூச்சின்றிக் கிடக்கும் குழந்தையைக் கண்டு பெற்றோர் மனம் கலங்கத் தொடங்கினர். பெற்றோர்களின் மனக் கலக்கத்தை உணர்ந்த திருமால் சேனை முதலியாரை அனுப்பி சடகோபருக்குச் சகல மந்திரங்களையும் உபதேசிக்கச் செய்தார். இதனால் கலைகள் பலவும் சடகோபருக்கு எளிதில் புலனாகிவிட்டன.

யோகமூர்த்தியாக இருந்த சடகோபர் ஞானமூர்த்தி யானார். புளிய மரத்தினடியில் இருந்து கொண்டு பெருமாளையே நினைந்து தியானிக்கலானார். அப்போது, தலயாத்திரையை மேற்கொண்டிருந்த மதுர கவியாழ்வார் என்பவர் அவ்வூருக்கு வந்து சேர்ந்தார். சடகோபரின் பெருமைகளைக் கேட்டறிந்தார். எனவே, சடகோபரின் இருப்பிடத்துக்கு மதுரகவியாழ்வார் வந்து சேர்ந்தார். பேரொளியுடன் விளங்கும் சடகோபரைக் கண்டு வியப்படைந்தார்.

அப்போதும் சடகோபர் தியான நிலையிலேயே இருந்தார். மதுரகவியாழ்வார் மனத்தில் ஓர் ஐயம் ஏற்பட்டது. சடகோபருக்கு ஏதாவது உணர்ச்சி உள்ளதா? இல்லையா? என்பதை அறிய விரும்பினார். எனவே, சடகோபரின் திருமுன்பு சிறு கல் ஒன்றை எடுத்துப் போட்டார். கல் விழுந்த ஒலியைக் கேட்டு சடகோபர் கண்விழித்துப் பார்த்தருளினார்.

மதுரகவிராயருக்கு மேலும் ஒரு சந்தேகம் வந்து விட்டது. சடகோபருக்குப் பேச்சு வருமா? வராதா?

என்பதே அது. எனவே, அதனையும் சோதித்தறிய விரும்பினார். எனவே, மதுரகவிராயர் சடகோபரை நோக்கி "செத்ததன் வயிற்றில் சிறியது பிறந்தால் எத்தைத் தின்று எங்கே கிடக்கும்?" என்ற வினாவை எழுப்பினார். "அத்தைத் தின்று அங்கே கிடக்கும்!" என்ற விடை உடனே சடகோபரின் திருவாக்காக வெளிப்பட்டது.

சடகோபரின் வாய்மொழி கேட்டு மதுரகவிகள் வாயடைத்துப் போனார். சடகோபரின் விடையில் அமைந்துள்ள தத்துவக் கருத்தினை உணர்ந்து வியப் பெய்தினார். ஞானியாகிய சடகோபரின் திருவடிகளில் உடனே வீழ்ந்து வணங்கினார். தன்னைக் கடைத்தேற்று மாறு வேண்டிக் கொண்டார். தத்துவங்களையும் நூற்பயனையும் உணர்த்தியருளுமாறு பணிவுடன் விண்ணப்பித்துக் கொண்டார்.

இவ்வாறு சடகோபருக்கும் மதுரகவியாருக்கும் இடையே உயர்ந்த, தெய்வீகத் தொடர்பு ஏற்பட்டது. பின்பு சில காலம் மதுரகவியார் சடகோபரிடமே தங்கி உபதேசம் பெறலானார்.

சடகோபர் சதா திருமாலையே சிந்தை செய்து கொண்டிருந்தார். எனவே, சடகோபரின் ஞானக் கண்களுக்குத் திருமால் காட்சியளித்தார். திருமாலின் திருமேனியழகைச் சேவித்த சடகோபரின் கண்கள் ஆனந்த நீரைச் சொரிந்தன. சடகோபரின் திருமேனி சிலிர்த்தது. திருமாலைத் தாம் கண்டுகளித்த அனுப வத்தைத் திருப்பாடல்களாகப் பாடியருளினார். இப் பாடல்கள் இருக்கு, யசுர், அதர்வணம், சாமம் எனப் படும் நான்கு வேதங்களின் சாரங்களாக அமைந்தன.

திருவிருத்தம், திருவாசிரியம், பெரிய திருவந்தாதி எனப்படும் மூன்று பிரபந்தங்களாக இவை போற்றப் பட்டு வருகின்றன. சாமவேதத்தின் தத்துவப் பொருளை

வெளிப்படுத்தும் பாடல்கள் திருவாய்மொழி என்னும் பெயருடன் விளங்குகின்றன.

திருவிருத்தம், திருவாசிரியம், பெரியதிருவந்தாதி, திருவாய்மொழி ஆகிய நான்கு பிரபந்தங்களையும் சடகோபர் மதுரகவியாழ்வாருக்கு உபதேசித்தருளினார்.

சடகோபருக்கு வகுளாபரணர், பராங்குசர், காரிமாறன், அருள்மாறன், திருவாய்மொழிப் பெருமாள், குருகைப் பிரான், குருகூர் நம்பி முதலான பல பெயர்களும் உள. எனினும் நம்மாழ்வார் என்ற திருப் பெயராலேயே இவரை அழைப்பது வழக்கமாக இருந்து வருகிறது. திருமாலே இவரை ''இவன், நம் ஆழ்வான்'' என்று அழைத்து அருளியதால் இவருக்கு நம்மாழ்வார் என்னும் திருநாமமே சிறப்புடையதாயிற்று.

நம்மாழ்வார் எப்பொழுதும் திருமாலையே சிந்தை செய்து வந்தார். இவர் அவதரித்த காலம் முதலாகவே பெருமாளிடம் பேரன்பு பூண்டவராக இருந்தார். எனவே, இவரது பக்தியைச் சகச பக்தி என்பர். இவர் முப்பத்தைந்து ஆண்டுகள் இந்நிலவுலகில் வாழ்ந்து வந்தார்.

இவருடைய ஆசான் சேனை முதலியார். இவருடைய மாணாக்கர் மதுரகவியாழ்வார், நாதமுனிகள் முதலானோர்.

நம்மாழ்வார் பாடியருளிய பிரபந்தங்கள் ஒப்புயர் வில்லாதவை. திருவிருத்தம் 100, திருவாசிரியம் 7, பெரிய திருவந்தாதி 87, திருவாய்மொழி 1102 ஆக மொத்தம் 1296 திருப்பாடல்கள். நம்மாழ்வார் பாடிய பாடல்கள் சிலவற்றைக் காண்போம்!

உயர்வற உயர் நலம் உடையவன் யவனவன்
மயர்வற மதிநலம் அருளினன் யவனவன்
அயர்வறும் அமரர்கள் அதிபதி யவனவன்
துயரறு சுடரடி தொழுதெழுஎன் மனனே! 1

(மயர்வு - அறியாமை; அயர்வு - சோர்வு; அமரர் - தேவர்)

என் நெஞ்சே! தன்னைவிட உயர்ந்த பொருள் எதுவுமில்லை என்னும் வண்ணம் உயர்ந்த பண்புகளைக் கொண்டவனும், அறியாமையை அகற்றி ஞானத்தை அருள்பவனும், சோர்விலாத தேவர்களின் தலைவனுமாய் விளங்குகின்ற திருமாலின், துன்பத்தை அழிக்கும், ஒளிபொருந்திய திருவடிகளைத் தொழுவாயாக!

> பூவையும் காயாவும் நீலமும் பூக்கின்ற
> காவி மலரென்றும் காண்டொறும் – பாவியேன்
> மெல்லாவி மெய்மிகவே பூரிக்கும் அவ்வவை
> எல்லாம் பெருமான் உரு.   2

காயாம்பூவையும், நீலோற்பல மலரையும், சிவந்த வண்ணத்துடன் மலர்கின்ற பிற மலர்களையும் காணும் போதெல்லாம், பாவியேனாகிய என் மெல்லிய உயிரும் உடலும், 'இவையாவும் எம்பெருமானின் வடிவமே' என எண்ணி மகிழ்ச்சி கொள்கின்றன.

> கிளரொளி இளமை கெடுவதன் முன்னம்
> வளரொளி மாயோன் மருவிய கோவில்
> வளரிளம் பொழில்சூழ் மாலிருஞ் சோலை
> தளர்விலராகச் சார்வது சதிரே!   3

(பொழில் - சோலை)

வளமையும், ஒளியும் பொருந்திய இளமைப் பருவம் கழிந்து, முதுமை வந்தடையும் முன்னே, குன்றாத சோதி வடிவான மாயவன் உறைகின்ற திருக்கோவலூரையும், பசுமையான சோலைகள் நிறைந்த திருமாலிருஞ் சோலையும் சார்ந்து, சோர்வில்லாதவர்களாக, அவனை வணங்குவீராக!

பன்னிரு ஆழ்வார்களின் திவ்விய வரலாறு ▮ 51

இல்லை கண்டீர் இன்பம்! அந்தோ! உள்ளது நினையாதே
தொல்லையார்கள் எத்தனைவர் தோன்றிக்க ழிந்தொழிந்தார்!
மல்லைமூதூர் வடமதுரைப் பிறந்தவன் வண்புகழே
சொல்லியுய்யப் போகல்அல்லால் மற்றொன்றில்லைசுருக்கே!

அந்தோ! உலக வாழ்க்கையில் எத்தகைய இன்பத்தையும் காணாதவர்களே! உய்யும் வழியை உங்களுக்கு சுருக்கமாகச் சொல்கிறேன். உலகில் பிறந்த எத்தனையோ பேர், என்றென்றும் நிலைத்து நிற்கும் பரம்பொருளை நினையாமல், தொல்லைகளுக்கு ஆளாகி, இறந்தொழிந்தனர். திருக்கடல்மல்லை (மாமல்லபுரம்) என்னும் தொன்மையான ஊரில் கோவில் கொண்டு உறைபவனும், வடமதுரையில் பிறந்தவனுமாகிய திருமாலின் புகழைப் பாடுதலைத் தவிர பிறவித் துன்பத்தினின்று கரைசேரும் வழி வேறில்லை.

அடியான் இவனென்று எனக்காரருள் செய்யும்
நெடியானை நிறைபுகழ் அஞ்சிறைப் புள்ளின்
கொடியானைக் குன்றாமல் உலகம் அளந்த
அடியானை அடைந்து அடியேன் உய்ந்தவாறே! 5

(புள் – பறவை)

'இவன் நம் அடியவன்' என்று கருதி எனக்கு அருளியவனை, திருவேங்கடத்தில் நெடிய கோலம் கொண்டவனை, நிறைந்த புகழுடையவனை, அழகிய சிறகுகளைக் கொண்ட கருடனைத் தன் கொடியில் கொண்டவனை, வாமனாவதாரத்தில் வானளாவ உயர்ந்து, பூமியைத் தன் ஓரடியால் அளந்தவனை, திருமாலைத் தஞ்சமடைந்து, உய்யும் வழியை நான் அறிந்து கொண்டேன்.

நளிர்மதிச் சடையனும் நான்முகக் கடவுளும்
தளிரொளி இமையவர் தலைவனும் முதலா
யாவகை உலகமும் யாவரும் அகப்பட
நிலநீர் தீகால் சுடர்இரு விசும்பும்
மலர்சுட பிறவும் சிறிதுடன் மயங்க
ஒருபொருள் புறப்பாடு இன்றி முழுவதும்
அகப்படக் கரந்து ஓர் ஆலிலைச் சேர்ந்தவெம்
பெருமா மாயனை அல்லது
ஒருமா தெய்வமற் றுடையமோ யாமே?   6

(மதி – நிலவு; இமையவர் – தேவர்கள்; கால் – காற்று; விசும்பு – வானம்; மா – பெரிய)

குளிர்ச்சியான நிலவை தன் சடைமுடியில் அணிந்த சிவனும், நான்முகனும், தேவர்களின் தலைவனான இந்திரன் முதலானோரும், பதினான்கு உலகங்களும், தேவர், மனிதர், அசுரர் ஆகிய மூவினத்தாரும் தனக்குள் அடங்க, நிலம், நீர், தீ, காற்று, வானம் ஆகிய ஐம்பூதங்களும், சூரிய சந்திரர்களும், பிறவும் தனக்குள் ஒடுங்க, பேரண்டத்தில் விளங்கும் எப்பொருளும் விடுபடா வண்ணம், அனைத்தையும் தனக்குள் மறைத்து, ஒரு சிறிய ஆலிலையில் பள்ளி கொண்ட மாயவனை அல்லது வேறொரு தெய்வத்தை நாம் ஏற்று வணங்குவோமோ?

நம்மாழ்வார் நல்லடிகளே சரணம்!

6

மதுர கவியாழ்வார்

புண்ணியம் நல்கும் பெருமைக்குரிய ஆறு தாமிரபரணி. தாமிரபரணி ஆறு பாய்வதால் பாண்டிய வளநாடு வளப்பம் பலவும் பெற்றுத் திகழ்கிறது. இந்த ஆற்றுநீரைப் பருகினால் ஞானம் தானாகவே வரும். தெய்வத்தன்மை வாய்ந்த இந்த ஆற்றின் கரையில் தான் நம்மாழ்வார் அவதாரத் தலமாகிய திருக்குருகூர் அமைந்துள்ளது. திருக்குருகூரின் அருகில் திருக்கோனூர் என்றொரு திருத்தலம் உண்டு.

திருக்கோனூரில் சித்திரை மாதம் சித்திரை நட்சத்திரத்தில் குமுதர் என்பவரின் அம்சமாக மதுர கவியாழ்வார் திரு அவதாரம் செய்தார். குமுதர் என்பவர் கணநாதர். மதுரகவியாழ்வாரின் அவதாரமும் நம்மாழ் வாரின் அவதாரமும் அடுத்தடுத்து நடைபெற்றது சிறப்புக்குரிய நிகழ்ச்சியாகும்.

''இளமையிற் கல்!'' என்பதற்கேற்ப இவர் வேதங்கள் முதலானவற்றைத் தன் இளமைப் பருவத்திலேயே கற்றுத் தேர்ச்சியடைந்தார். தன் நுண்ணறிவாலும், நூலறிவாலும், உலகியல் அறிவாலும் இனிய பாடல்கள் பலவற்றைப் பாடும் திறமை பெற்றார். இனிமை மிகுந்த சிறந்த கவிகளைப் பாடுவதில் வல்லமை பெற்றி ருந்ததால் இவரைச் சான்றோர் ''மதுரகவியாழ்வார்'' என்று அழைக்கலாயினர்.

மெய்யறிவு வாய்க்கப் பெற்ற இவர் உலக இன்பங்களை வெறுக்கலானார். பக்தி வைராக்யத்துடன் திருமாலையே சிந்தை செய்து வந்தார். யோகநிலையில் தன் மனத்தை நிறுத்தும் ஆற்றலைப் பெற்றார். திருமாலின் திருத்தலங்கள் பலவற்றையும் சென்று தரிசிக்க வேண்டும் என்ற ஆர்வம் இவருக்கு ஏற்பட்டது. எனவே, தெய்வத்தன்மை வாய்ந்த தீர்த்தம், மூர்த்தம், திருத்தலம் முதலியவற்றைச் சேவித்துக் கொண்டே வந்தார். பின்னர் அயோத்திக்கு வந்து சேர்ந்தார். இத்தலத்தின் தெய்வத்தன்மையில் நெஞ்சைப் பறிகொடுத்து சிலகாலம் அங்கேயே தங்கலானார்.

இவர் திருவயோத்தியில் தங்கியிருந்தாலும், தன் அவதாரத்தலமாகிய திருக்கோளூரில் எழுந்தருளியுள்ள எம்பெருமானின் திசைநோக்கித் தொழுவதை மறக்காமல் செய்து வந்தார். வழக்கம்போலத் தென் திசை நோக்கித் தொழுது கொண்டிருக்கும்போது, ஒரு நாள் இவர் கண்களுக்குப் பேரொளி ஒன்று புலனாயிற்று. வானுற வளர்ந்தோங்கிக் காணப்படும் பேரொளியைக் கண்டு இவர் பெரிதும் வியப்படைந்தார். தொடர்ந்து இரண்டு மூன்று நாட்களாக இப்பேரொளி தெரிவதைக் கண்டு அதிசயமடைந்தார்.

சூரியன், சந்திரன், அக்கினி எனப்படும் முச்சுடரைக் காட்டிலும் பெரிதாகத் தோன்றும் அவ்வொளி எதுவாக இருக்கும் என்பதை அறிய அவாவுற்றார். எனவே, அயோத்தியை விட்டு அவ்வொளி புலப்படும் திசையை நோக்கி நடந்து கொண்டேயிருந்தார். இறுதியில் இவர் திருக்குருகூரை வந்தடைந்தார். குருகூரில் புளியமரம் ஒன்றின் அடியில் எழுந்தருளியிருக்கும் நம்மாழ்வாரைக் கண்டு சேவித்து நின்றார். நம்மாழ்வாரின் திருமேனியிலிருந்துதான் இத்தகைய பேரொளி தோன்றுகிறது என்பதையறிந்து கொண்டார்.

யோக நிலையிலிருந்த நம்மாழ்வாரைச் சோதிக்க மதுர கவிகள் விரும்பினார். உணர்ச்சியும், பேச்சும் உள்ள தென்பதைச் சோதனைகளால் அறிந்து கொண்டார். நம்மாழ்வாரின் ஞானத்தேர்ச்சியை அறிந்த மதுரகவி நம்மாழ்வாருக்குச் சீடரானார். அன்று முதல் மதுர கவியாழ்வார் நம்மாழ்வாரையே ஆசானாகக் கொண்டு ஒழுகி வரலானார்.

நம்மாழ்வார் மதுரகவியாழ்வாருக்குக் குருவாக அமர்ந்து உபதேசம் செய்யத் தொடங்கினார். சிலை வடிவில் நின்று அருள் புரியும் பெருமாளைத் துதிப்ப தற்கு ஏற்ற வண்ணம் தெய்வத் தமிழ்ப் பாடல்களைப் பாடியருளினார். நான்கு வேதங்களின் சாரமாக நான்கு பிரபந்தங்களை இயற்றி அவற்றை மதுரகவியாழ் வாருக்கு உபதேசித்தருளினார்.

நம்மாழ்வாரின் பாடல்களை மதுரகவியாழ்வார் பண்ணுடன் பாடி மகிழ்ந்து வந்தார். தம் ஆசிரியராகிய நம்மாழ்வாருக்குப் பணிவிடை செய்வதையே தெய்வப் பணியாகக் கருதிச் செய்து வந்தார். நம்மாழ்வாரின் பெருமைகளை விளக்கும் வகையில் 'கண்ணி நுண் சிறுத்தாம்பு' என்னும் திவ்வியப் பிரபந்தத்தைப் பாடியருளினார். முத்தியில் நாட்டங் கொண்டோருக் கெல்லாம் பிரபந்தத்தை உபதேசித்து வந்தார். இவ்வாறு மதுரகவியாழ்வார் தொண்டு செய்து வருகையில் நம்மாழ்வார் திருநாடு அலங்கரித்தார்.

குருவாகிய நம்மாழ்வாரைப் பிரிந்த மதுரகவி பெரிதும் ஏக்கமுற்றார். நம்மாழ்வாருக்கு சிலை அமைத்து வழிபாடும் பெருவிழாவும் செய்து வந்தார். நம்மாழ்வாரையே தெய்வமாகக் கருதினார். வேறு ஒரு தெய்வத்தை அவர் கருதினாரில்லை.

இதனைக் கேள்வியுற்ற மதுரைச் சங்கத்துப் புலவர்கள் தங்கள் சீடர்களில் சிலரை மதுரகவியாழ்வாரிடம் அனுப்பி வைத்தனர். அவ்வாறு வந்த சீடர்கள் மதுரகவி யாழ்வாரிடம் பலவாறு வாதம் செய்யத் தொடங்கினர்.

''நீர் வணங்கும் நம்மாழ்வார் தெய்வம் அல்லவே; அவர் பாடிய பாடல்கள் தமிழ்ச் சங்கத்திலா அரங்கேறின? 'வேதம் தமிழ் செய்த மாறன்' என்று எப்படி நீர் இவரைப் புகழ்ந்து கூறினீர்?'' என்றெல்லாம் பலவாறாகக் கேள்வி மேல் கேள்விகள் கேட்கத் தொடங்கினர்.

இவற்றையெல்லாம் கேட்டு மதுரகவிகள் மனம் வருந்தினார். மதுரகவிகள் படும் மன வருத்தத்தைப் போக்க தெய்வமாகிவிட்ட நம்மாழ்வார் திருவுள்ளங் கொண்டார். எனவே முதிய அந்தணர் வடிவத்துடன் அங்கே வந்து தோன்றினார். கண்ணனைப் புகழ்ந்து தான் பாடியருளிய திருப்பாடல்களைச் சங்கப் பலகையில் வைத்தார்.

அப்போது புலவர்கள் சங்கப் பலகையில் அமர்ந்திருந் தனர். நம்மாழ்வார் தமது பாடல்களைச் சங்கப் பலகை யில் வைத்த அளவில், சங்கப் பலகையில் அமர்ந்திருந்த புலவர்கள் அனைவரும் பொற்றாமரைக் குளத்தில் வீழ்ந்தனர். ஒருவாறு நீந்தித் தடுமாறிக் கரை சேர்ந்தனர். தங்கள் பிழையைப் பொறுத்தருளுமாறு நம்மாழ் வாரிடம் வேண்டிக் கொண்டனர். நம்மாழ்வாரின் பெருமையைக் குறித்துப் புலவர்கள் ஆளுக்கொரு பாடலைப் பாடிச் சிறப்பித்தனர். அவற்றில் ஒரு பாடல்:

சேமம் குருகோ செய்யதிருப் பாற்கடலோ
நாமம் பராங்குசமோ நாரணமோ – தாமம்
துளவோ வகுளமோ தோளிரண்டோ நான்கும்
உளவோ எம்பெருமான் உனக்கு

பன்னிரு ஆழ்வார்களின் திவ்விய வரலாறு

இப்பாடல் எம்பிரானாகிய திருமாலும் நம்மாழ்வாரும் ஒருவரே என்ற கருத்துடையது. "எம்பெருமானே! நீ உறையும் இடம் திருக்குருகூரா? பாற்கடலா? உன் பெயர் பராங்குசரா? நாராயணனா? நீ அணியும் மாலை துளசியா? மகிழம்பூவா? உன் தோள்கள் இரண்டா? நான்கா?"

இவ்வாறு மதுரகவியாழ்வார் தம்முடைய ஆசாரியாரின் பெருமைகளைப் பாடுவதையே பணியாகக் கொண்டு சில காலம் வாழ்ந்திருந்தார். பின்னர் பெறுதற்கரிய பேரின்பமாகிய முத்திப்பேற்றை அடைந்தார்.

'குருவே தெய்வம்!' என்பதைக் குவலயத்துக் குணர்த்திய மதுரகவியாழ்வார் வாழ்வு நமக்கெல்லாம் ஒரு பாடமாகும். மதுர கவியாழ்வாரைப் பின்பற்றினால் மாணவர் உலகம் உய்வு பெறும் என்பது உறுதி.

மதுரகவியாழ்வார் பாடிய திருப்பாடல்கள் மொத்தம் பதினொன்றே! எண்ணிக்கையில் குறைந்திருந்தாலும் பாடுவார் எண்ணத்தில் நிறைந்த இனிமையைத் தர வல்லவை அவை. மதுரகவியின் மதுரப் பாடல்களைப் பாடி மாநிலமேல் மகிழ்வுடன் வாழ்வோமாக!

கண்ணி நுண்சிறுத் தாம்பினால் கட்டுண்ணப்
பண்ணி யபெரு மாயன்என் னப்பனில்
நண்ணித் தென்குரு கூர் நம்பி யென்றக்கால்
அண்ணிக்கும்அமு தூறும்என் நாவுக்கே! 1

அருள் என்னும் நுட்பமான, மெல்லிய தாம்புக் கயிற்றினால் என்னைப் பிணைத்த பெரியோரும், என் தந்தையை ஒத்தவரும், திருக்குருகூரில் உறைபவரு மாகிய நம்மாழ்வாரின் பெயரைச் சொன்ன அளவில், என் நாவில் அமுதம் ஊறுகிறது.

நாவினால் நவிற்றி இன்பம் எய்தினேன்
மேவினேன் அவன் பொன்னடி மெய்ம்மையே
தேவுமற் றறியேன் குருகூர் நம்பி
பாவின் னின்னிசை பாடித் திரிவனே 2

(பா - பாடல்)

குருகூர் நம்பியாகிய நம்மாழ்வாரின் திருப்பெயரை நாவினால் உச்சரித்து மகிழ்தலையும், அவருடைய திருவடிகளைச் சார்தலையும், அவருடைய பாடல்களை இன்னிசையுடன் பாடுவதையும் அன்றி, வேறொன்றையும் நான் அறியேன்.

நன்மையால் மிக்க நான்மறை யாளர்கள்
புன்மை யாகக் கருதுவ ராதலின்
அன்னையாய் அத்தனாய் என்னை ஆண்டிடும்
தன்மையான் சட கோபனென் நம்பியே 3

(புன்மை - இழிவு; அத்தன் - தந்தை)

நன்மைகளை அளிக்கும் நால்வகை வேதங்களையும் கற்றவர்கள், என்னை இழிந்தவனாகக் கருதுவர். ஆயின், நம்மாழ்வார் என் அன்னையாகவும், தந்தையாகவும் விளங்கி, என்னை ஆட்கொள்ளும் இயல்பினர்.

நம்பினேன் பிறர் நன்பொருள் தன்னையும்
நம்பினேன் மடவாரையும் முன்னெலாம்
செம்பொன் மாடத் திருக்குருகூர் நம்பிக்கு
அன்பனாய் அடியேன் சதிர்த்தேனின்றே 4

(மடவார் - பெண்டிர்)

முன்னம், பிறரது செல்வத்தை 'எனது' என்று நம்பினேன்; மங்கையரை என் துணைவராகக் கருதினேன். இன்றோ, சிறந்த பொன்னாலான மாடங் களைக்

கொண்ட திருக்குருகூரில் எழுந்தருளியிருக்கும் நம்மாழ்வாருக்கு அன்பனாய் ஆட்கொள்ளப் பெற்றேன்.

> கண்டுகொண்டென்னைக் காரிமாறப்பிரான்
> பண்டைவல்வினை பாற்றியருளினான்
> எண்டிசையும் அறியவியம்புகேன்
> ஒண்டமிழ்ச் சடகோபனருளையே.   5

காரிமாறனாகிய நம்மாழ்வார், என்னை அடையாளம் கண்டு, ஆட்கொண்டு, நான் முன் செய்த தீவினைகள் அனைத்தையும் நீக்கியருளினார். ஒளிமிக்க தமிழால் இனிய பாக்களைப் படைத்த அவரது அருள்நலத்தை எட்டுத் திசைகளிலும் எடுத்துரைக்க விரும்புகிறேன்.

மதுரகவியாழ்வார் மலரடிகளே சரணம்!

■■■

7
குலசேகராழ்வார்

தெய்வத்தன்மை வாய்ந்த தமிழ்நாடு முற்காலத்தில் சேர நாடு, சோழ நாடு, பாண்டிய நாடு எனும் முப்பெரும் பிரிவுகளாக அமைந்திருந்தது. இவற்றுள் மலைவளம் மிக்க நாடு சேர நாடு. இந்நாட்டில் முற்காலத்தில் திருவஞ்சைக் களம் எனப்படும் நகரம் பெருஞ்சிறப்புடன் விளங்கி வந்தது. இந்நகரத்தை, திடவிரதன் என்னும் பெயருடைய மன்னன் முன்பொரு காலத்தில் பெருஞ்சிறப்புடன் ஆண்டு வந்தான். இம் மன்னனுக்கு எல்லாச் செல்வங்களும் இயல்பாகவே வாய்த்திருந்தன என்றாலும், பிள்ளைச் செல்வம் மட்டும் வாய்த்திருக்கவில்லை.

செல்வங்கள் பலவற்றைப் பெற்றிருந்தாலும் 'பெற்றோர்' எனும் பெயர் ஒருவருக்கு வாய்ப்பதில்லை.

பிள்ளைச் செல்வத்தைப் பெற்றவருக்கு மட்டுமே பெற்றோர் எனும் பெயர் உண்டு. எனவே, திடவிரதன் திருமாலின் திருக்கோயிலுக்கு நாள்தோறும் சென்று வழிபாடு செய்து வந்தான். விழாக்கள், பூசைகள் முதலானவற்றைப் பெருஞ் சிறப்புடன் செய்து வந்தான். இதன் பயனாக இவனுக்குப் பிள்ளைச் செல்வம் ஒன்று வாய்த்தது.

மாசி மாதம் புனர்வசு நட்சத்திரத்தில் திடவிரத மன்னனின் பட்டத்து ராணி ஆண் மகவு ஒன்றை ஈன்றெடுத்தாள். இத்தெய்வக் குழந்தை திருமாலின் கௌஸ்துப அம்சமாக அவதரித்தது. இக் குழந்தையின் பேரழகை யும், தெய்வீக ஒளியையும் கண்டு மன்னன் பெரிதும் மனம் மகிழ்ந்தான். குழந்தையைப் பெருஞ் சிறப்புடன் வளர்த்து வந்தான். இக் குழந்தையால் தன் குலமே பெருமையுறும் என்று கருதினான். எனவே, குலசேகரன் என்னும் திருநாமத்தைக் குழந்தைக்குச் சூட்டினான்.

குலசேகரன் அரசகுலக் குழந்தையல்லவா! மேலும் தவமிருந்து பெற்றெடுத்த பிள்ளையாயிற்றே! எனவே, குலசேகரனைப் பெற்றோர் கண்ணைப் பாதுகாப்பது போலக் காப்பாற்றிச் சிறப்புடன் வளர்த்து வந்தனர். உரிய காலத்தில் குழந்தைக்குச் செய்ய வேண்டிய நாமகரணம் முதலான சடங்குகளைச் செம்மையாகச் செய்து முடித்தான். கல்வி கற்கும் பருவம் வந்தது. எனவே, வேதங்கள், சாத்திரங்கள் முதலானவற்றைப் பயிற்று விக்கவும், வில்வித்தை, வாள்வித்தை முதலான அரச குலத்தோர்க்குரிய கலைகளைக் கற்றுத் தரவும் நல்லாசிரி யரை மன்னன் ஏற்பாடு செய்தான்.

குலசேகரன் இளமையிலேயே மதிநுட்பம் வாய்ந்தவனாக இருந்து வந்தான். ஆசிரியர் கூறுவனவற்றை யெல்லாம் எளிதாகப் புரிந்து கொண்டான். கற்க

வேண்டியவற்றையெல்லாம் விரைவாகக் கற்றுக் கொண்டான். மைந்தனின் கல்வி நலத்தைக் கண்ட மன்னன் மகனுக்கு இளவரசுப் பட்டம் சூட்டி மகிழ்ந்தான்.

குலசேகரன் வலிமை மிக்கவன். எனவே, பகை மன்னரையெல்லாம் தன் படைபலத்தாலும் தோள் வலியாலும் வெற்றி பெற்றான். சேர, சோழ, பாண்டிய நாடு எனப்படும் மூன்றையும் தன் வசப்படுத்திக் கொண்டான். மைந்தனின் வெற்றிச் சிறப்பைக் கண்ட மன்னன் பெரிதும் மகிழ்ந்தான். குலசேகரனுக்கு முடிசூட்டு விழா நடத்தினான். தான் கானகம் சென்று தவவாழ்வை மேற்கொண்டு ஒழுகலானான்.

குலசேகரன் நாட்டு மக்களைக் கண்ணாகப் பாவித்து ஆட்சி புரிந்து வந்தான். பெண்மைக்குரிய சிறப்புக் குணங்கள் பலவும் வாய்க்கப் பெற்ற மங்கை நல்லாளை மணம் முடித்து இல்லறத்தை நல்லறமாக நடத்தி வந்தான். இவனுக்கு ஆண்மகவு ஒன்றும் பெண்மகவு ஒன்றும் பிறந்தது. ஆண் மகவுக்குத் தன் தந்தையின் பெயரையும், பெண் மகவுக்கு இளை என்னும் பெயரையும் சூட்டி மகிழ்ந்தான். இவ்வாறு நிறைவான வாழ்வு குலசேகரனுக்கு இறையருளால் வாய்த்தது.

நிறைவான வாழ்வு வாய்க்கப்பெற்ற குலசேகரன் உள்ளத்தில் குறை ஒன்று வந்து புகுந்தது.

"நிறை குணங்கள் நிறைந்த முழுமுதற் கடவுள் யார்?" என்னும் ஐயம் அவன் உள்ளத்தில் இறையருளால் தோன்றியது. எனவே, கற்றுவல்ல சமயச் சான்றோர் பலரைத் தன் அவைக்கு வரவழைத்தான். பலகாலும் அவரோடு உரையாடினான். 'திருமாலே முழு முதற் கடவுள்' என்பதை முடிவாக அறிந்து கொண்டான்.

மண்ணாளும் மன்னனாக இருந்த குலசேகரன் மனத்தையாளும் குலசேகரராக மாறிவிட்டார். மன்னன் எனும் நிலை மாறி, பக்தர் என்னும் நிலைக்கு வந்து விட்டார்.

முழு முதற் கடவுளான திருமாலின் திரு அவதாரங் களில் குலசேகரரின் மனம் தோய்ந்து மகிழ்ந்தது. இராமா வதாரத்திலும், கிருஷ்ணாவதாரத்திலும் குலசேகரப் பெருமானுக்குப் பெரிதும் ஈடுபாடு ஏற்பட்டது. திருவரங்கத்திற்கும் திருவேங்கடத்திற்கும் சென்று பெருமாளைக் கண்குளிரக் கண்டு தரிசித்தார்.

தன் அவைக்குக் கற்றுவல்ல புலவர் பலரை வரவழைத்தார். இசையுடன் இராமாயணச் சொற் பொழிவு நிகழ்த்துமாறு செய்தார். இராமாயணச் சொற் பொழிவைக் கேட்டு மகிழ்வதிலேயே தன் காலத்தைப் பயன்படுத்தி வந்தார். தனது திருமாளிகையில் இராம பிரானுக்குக் கோயில் எழுப்பி நாள்தோறும் வழிபாடும் செய்து வந்தார்.

வழக்கம் போல, குலசேகரரின் திருமாளிகையில் இராமாயணச் சொற்பொழிவு நிகழ்ந்து கொண்டிருந்தது. சீதாபிராட்டியாரை இராவணன் எடுத்துச் சென்றதைப் பற்றிச் சொற்பொழிவாளர் விவரித்துக் கொண்டிருந்தார். இது கேட்ட குலசேகரர் உணர்ச்சிவசப்பட்டார். தாம் கேட்பது சொற்பொழிவே என்பதை மறந்து விட்டார். இராவணனை வென்று பிராட்டியை மீட்பதாகச் சபதம் செய்து படைகளுடன் புறப்பட்டு விட்டார். இது கண்டு அனைவரும் ''யாதாகுமோ?'' என்று அச்சமுற்றனர்.

குலசேகரப் பெருமானின் பக்திப் பெருக்கைக் கண்டு திருமாலே வியப்படைந்தார். எனவே, திருமால் இராம பிரானின் திருக்கோலத்தில் குலசேகரரின் எதிரில் வந்து தோன்றினார். இலக்குமணனோடும் சீதாபிராட்டி யோடும்

காட்சி தந்தார். இராவணனை வென்று அன்னையை மீட்டு விட்ட செய்திகளையெல்லாம் தெளிவாகக் கூறி மறைந்தருளினார்.

இராமபிரானின் திருவருள் பெற்ற குலசேகரர் தம் நகருக்குத் திரும்பி வந்தார். இராமபிரானின் திருவுருவம் குலசேகரரின் நெஞ்சில் ஆழப்பதிந்து விட்டது. அன்று தொட்டுத் திருமாலடியாரைக் காணும்போதெல்லாம் திருமாலைக் கண்டுவிட்டதைப் போலவே உள்ளம் மகிழ்வார். அடியார்கட்குப் பலவகையாக உபசாரம் செய்வார். இதனால் வைணவ அடியார்கள் பலரும் திருவஞ்சைக் களத்துக்கு நாள்தோறும் வந்து சேர்ந்த வண்ணமிருந்தனர்.

ஒருசமயம் ஸ்ரீராமநவமி விழாவினைக் குலசேகரர் பெருஞ்சிறப்புடன் கொண்டாடிக் கொண்டிருந்தார். அப்போது இராமபிரானுக்கு அலங்காரம் செய்யப்பட்டிருந்த அணிகலன்களுள் ஒன்று காணாமல் போய் விட்டது. காணாமல் போன அணிகலனை விழாவுக்கு வந்திருக்கும் வைணவ அடியார்கள்தான் திருடியிருக்க வேண்டும் என்று அமைச்சர்கள் குற்றம் சுமத்தினர். இது கேட்டுக் குலசேகரர் மனங்கலங்கினார். வைணவ அடியார்கள் ஒருபோதும் இப்படிச் செய்யமாட்டார்கள் என்று உறுதியாக நம்பினார்.

காணாமல் போன அணிகலனை வைணவ அடியார்கள் களவாடியிருக்க மாட்டார்கள் என்பதை மெய்ப்பிக்கக் குலசேகரர் ஓர் ஏற்பாடு செய்தார். பாம்பு அடைக்கப்பட்ட குடம் ஒன்றைக் கொண்டு வருமாறு கட்டளையிட்டார். வைணவ அடியார்கள் இதைச் செய்திருந்தால் குடத்தில் உள்ள பாம்பு தன்னைத் தீண்டிக் கொல்லட்டும் என்று கூறியவாறே குடத்தினுள் தன் கையை விட்டார்.

ஆனால் பாம்போ அவரைக் கடிக்காது அடங்கிக் கிடந்தது. இது கண்ட மந்திரிகள் மனங்கலங்கினர். காணாமல் போன நகையைக் களவாடியது உண்மையில் அமைச்சர்களே! மன்னரின் செயலைக் கண்டு மருண்டு போன மந்திரிகள் ''நகையைத் திருடியது நாங்களே!'' என்று கூறி ஒப்புக் கொண்டனர். மன்னித்தருளுமாறு மன்னரிடம் கேட்டுக் கொண்டனர்.

வீண்பழி சுமத்திய அமைச்சர்களுக்கு மன்னர் புதுவிதமான தண்டனை ஒன்றை அளித்தார். வைணவ அடியார்களுக்குப் பணிவிடை செய்து வரவேண்டும் என்பதே குலசேகரர் தம் அமைச்சர்களுக்கு அளித்த தண்டனை.

நாளடைவில் குலசேகரருக்கு அரசாட்சியில் வெறுப்பு ஏற்பட்டது. எனவே, தன் மைந்தனிடம் நாட்டை ஒப்படைத்தார். பின்னர் திருவரங்கப் பெருமானின் திருக்கோயிலுக்குச் சென்றார். நாள்தோறும் திருவரங்கப் பெருமாளைச் சேவித்து மகிழ்ந்தார். வைணவ அடியார் கட்கெல்லாம் பணிவுடன் அடிமைத் தொழில் செய்து வந்தார்.

பின்பு அங்கிருந்தும் புறப்பட்டுத் திருவேங்கடம், தில்லைத் திருச்சித்திரகூடம், திருக்கண்ணபுரம், திருமாலிருஞ்சோலை, திருவித்துக்கோடு, திருவயோத்தி முதலான திருப்பதிகள் சென்று பெருமாளைப் பாடிப் பரவசமடைந்தார்.

இறுதியில், நம்மாழ்வார் அவதாரத் தலமாகிய திருக் குருகூர் அருகேயிருக்கும் தலம் ஒன்றில் வந்து தங்கினார். அங்கெழுந்தருளியிருக்கும் பெருமானுக்குத் தொண்டு செய்து வருகையில் தம் அறுபத்தேழாவது ஆண்டில் வைகுந்த பதவியை அடைந்தார். குலசேகரர் பாடல்கள் இராமாயணத்தின் சாரமாக அமைந்தவை. இவர் பாடிய

பிரபந்தம் 'பெருமாள் திருமொழி' எனப் பெயர் பெறும். இவர் பாடிய திருப்பாடல்கள் மொத்தம் 105.

குலசேகராழ்வாரின் பாடல்களைப் பாடி கோவிந்தனின் அருளைப் பெறுவோமாக.

**செடியாய வல்வினைகள் தீர்க்கின்ற திருமாலே!
நெடியானே! வேங்கடவா! நின்கோயில் வாசலின்கண்
அடியாரும் வானவரும் அரம்பையரும் கிடந்தியங்கும்
படியாய்க் கிடந்து உன் பவளவாய் காண்பேனே!   1**

அழியாது நீடித்து நிற்கும் வலிய வினைகளையும் தீர்த்து அருளும் திருமாலே! திருவேங்கடத்தில் எழுந்தருளியிருப்பவனே! நின்கோயில் வாசலிலே, அடியவர்களும், தேவர்களும், அரம்பை முதலான தேவமகளிரும் உறையும் படியாகக் கிடந்தேனும், நின் பவளவாயின் அழகைக் காண்பேன்.

**ஆனாத செல்வத்து அரம்பையர்கள் தான்சூழ
வானாளும் செல்வமும் மண்ணரசும் யான்வேண்டேன்
தேனார் பூஞ்சோலை திருவேங்கடச் சுனையில்
மீனாய்ப் பிறக்கும் விதியுடையேன் ஆவேனே!   2**

குறையாத செல்வத்தை அடைந்து, அரம்பை முதலான தேவமகளிர் ஆடல்பாடலுடன் சூழ்ந்திருக்க, வானுலகையும் மண்ணுலகையும் ஆளும் பேறு பெற்றாலும் யான் அதனை விரும்பேன். தேன் சிதறும் பூஞ்சோலைகள் நிறைந்த திருவேங்கடமலையில் உள்ள ஒரு நீர்ச்சுனையில் சிறிய மீனாகப் பிறக்கும் வரத்தைப் பெறவே விரும்புகிறேன்.

**வாளால் அறுத்துச் சுடினும் மருத்துவன்பால்
மாளாத காதல்நோ யாளன்போல் மாயத்தால்
மீளாத் துயர்தரினும் வித்துவக்கோட் டம்மா! உன்
ஆளா யுனதருளே பார்ப்பன் அடியேனே!   3**

நோயாளனின் புண்ணைக் குணமாக்க, மருத்துவன் அப்புண்ணை வாளால் கிழித்து, தீயினால் சுட்டாலும், நோயாளன் அவர்பால் மாறாத அன்பு கொள்கிறான். அதுபோல, திருவித்துவக்கோடு என்னும் தலத்தில் உறையும் அம்மா! எம்பெருமானே! நீ மாயத்திறத்தால் சொல்லவொண்ணாத் துன்பங்களையே தந்தாலும், அடியேன் உனக்கே அடிமைப்பட்டு, உன் அருளையே எதிர்நோக்குவேன்.

மீன்நோக்கும் நீள்வயல்சூழ் வித்துவக்கோட் டம்மா!
என்
பால்நோக்கா யாகிலும் உன் பற்றல்லால் பற்றில்லேன்
தான்நோக்கா தெத்துயரம் செய்திடினும் தார்வேந்தன்
கோல்நோக்கி வாழும் குடிபோன்று இருந்தேனே!   4

ஓர் அரசன், குடிமக்களின் நலத்தைப் பேணாமல், தன் மனம் போனபடி அவர்களை வருத்தினாலும், குடிமக்கள் அவனுடைய செங்கோலையை நோக்கி வாழ்வர். அதுபோல மீன்கள் துள்ளும் நீண்ட வயல்கள் சூழ்ந்த திருவித்துக்கோட்டில் உறையும் அம்மா! நீ என்பால் கருணை கொள்ளவில்லையாயினும், நின்னையன்றி எனக்கு வேறு பற்று இல்லை.

குலசேகராழ்வார் குரைகழலே சரணம்!

■■■

8
பெரியாழ்வார்

தெய்வத்தமிழ் வளர்ந்த பாண்டிய நாட்டில் வில்லிபுத்தூர் என்றொரு திருத்தலம் உண்டு. வில்லிபுத்தூரில் முகுந்தாச்சார்யார் என்றொரு அந்தணர் வாழ்ந்து வந்தார். இவருடைய துணைவியார் பெயர் பதுமையார் என்பது. முகுந்தாசார்யாரும் பதுமையாரும் செய்த தவப்பயனால் இவர்களுக்கு ஆண்மகவு ஒன்று வாய்த்தது.

ஆனி மாதம் சுவாதி நட்சத்திரத்தில் அவதரித்த இந்தக் குழந்தையைப் பெற்றோர்கள் மிகுந்த அன்புடன் வளர்த்து வந்தார்கள். திருமாலின் வாகனமாகிய கருடாழ்வாரின் அம்சமாக அவதரித்த இக்குழந்தை எப்பொழுதும் விஷ்ணுவையே நினைந்து நினைந்து வழிபட்டு வந்தது. விஷ்ணுவையே சதா சித்தத்தில் சிந்தித்து வந்ததனால், இக்குழந்தைக்கு 'விஷ்ணு சித்தர்' என்னும் திருப்பெயர் விளங்கலாயிற்று.

பன்னிரு ஆழ்வார்களின் திவ்விய வரலாறு | 69

விஷ்ணுசித்தர் எப்பொழுதும் திருமாலைப் பற்றிய சிந்தனையிலேயே ஆழ்ந்திருப்பார். விஷ்ணுவின் அவதாரச் சிறப்புக்களைக் கேட்டு மகிழ்வதிலேயே ஆனந்தம் கொள்வார். திருமால் கண்ணனாக அவதரித்த கதையைக் கேட்பதில் இவருக்குப் பேரானந்தம். கிருஷ்ணாவதாரக் கதையில் கம்சன் என்பவன் கதையும் அடங்கியிருக்கும். கம்சனுக்கு மாலாகாரர் என்பவர் பணிவிடை செய்து வந்தார்.

மாலாகாரரின் இல்லத்திற்கு ஒரு சமயம் கிருஷ்ண பரமாத்மா எழுந்தருளியிருந்தார். மாலாகாரர் தொடுத்த பூமாலையை வேண்டிப் பெற்று, கிருஷ்ண பரமாத்மா விருப்புடன் அணிந்து கொண்டார். இந்தக் கதைப்பகுதி விஷ்ணுசித்தரின் நெஞ்சத்தில் ஆழப் பதிந்து விட்டது.

திருமாலை வழிபட்ட பின்பே விஷ்ணு சித்தர் உணவருந்துவார். மாலாகாரரின் கதையைக் கேட்டதிலிருந்து தானும் திருமாலுக்கு மாலை சாத்தி மகிழ்விக்க வேண்டும் என்று மனத்தில் எண்ணினார். இதற்காகப் பலவகையான மலர்கள் பூத்துக் குலுங்கும் நந்தவனம் ஒன்றைத் தோற்றுவித்தார். மணம் மிக்க மலர்களைப் பக்தியுடன் பறித்து வந்து மாலையைத் தொடுத்தார்.

வில்லிபுத்தூரில் எழுந்தருளியிருக்கும் பெருமானுக்கு வடபெருங்கோயிலுடையான் என்பது திருப்பெயர். வடபெருங்கோயிலுடையானுக்குத் தான் தொடுத்த மாலையைப் பக்தியுடன் சாத்தி மகிழ்ந்தார். அன்று முதல் மாலை சாத்தும் பணி தொடர்ந்து நடந்து வந்தது.

விஷ்ணுசித்தர் இவ்வாறு திருப்பணி செய்து வந்த காலத்தில் பாண்டிய நாட்டை வல்லபதேவன் என்னும் பாண்டிய மன்னன் ஆட்சி புரிந்து வந்தான். வல்லப தேவன் சிறந்த நீதிமான். இவனுடைய மனத்தில் ஒரு சமயம் ஐயம் ஒன்று ஏற்பட்டது.

"இப்பிறவியில் எனக்கோ ஒரு குறையுமில்லை. ஆனால், நான் மறுபிறவியில் நற்கதியினை அடைவதற்கு என்ன செய்ய வேண்டும்?" இதுவே மன்னனின் மனத்தில் ஏற்பட்ட ஐயம்!

மேலான உண்மைப் பொருளைப் பற்றி முழுவதுமாக அறிந்து உணர்ந்து கொள்ளச் செய்ய வேண்டிய செயல் யாது? என்பதைத் தன் குல குருவாகிய செல்வ நம்பி என்பவரை அழைத்துக் கேட்டான்.

கற்பனவற்றைக் கசடறக் கற்று, கற்ற நெறியில் நிற்கவல்ல அறிஞர்களே இதற்குப் பதில் சொல்ல இயலும் என்று செல்வ நம்பி பதிலுரைத்தார். எனவே, உண்மைப் பொருளைக் கற்றுணர்ந்த அறிஞர் பெரு மக்களையெல்லாம் மன்னன் ஓரிடத்தே கூடுமாறு செய்தான். உண்மைப் பொருளை உணர்ந்து சொல்ல வல்லவர்களுக்குப் பொற்கிழி ஒன்றைப் பரிசளிப்ப தாகவும் கூறினான்.

வில்லிபுத்தூரில் எழுந்தருளியிருக்கும் பெருமாள் விஷ்ணுசித்தரின் கனவிலே தோன்றியருளினார்.

"அன்பரே! நீர் மதுரைக்குச் செல்வீராக! அங்குள்ள பாண்டிய மன்னனுடைய புலவர் சபையை அடைவீராக! ஸ்ரீமந் நாராயணனே உண்மைப் பரம்பொருள் என்பதை உலகுக்கு உணர்த்துவீராக! உம் புலமைத் திறத்தால் பொற்கிழியைப் பெற்று வருவீராக!" இவ்வாறு வடபெருங்கோயிலுடையான் விஷ்ணுசித்தரின் கனவில் எழுந்தருளி அருளாணை புரிந்தார்.

பெருமானின் திருவாய்மொழியைக் கேட்டு விஷ்ணுசித்தர் திகைத்து நின்றார்.

"எம்பெருமானே! கல்வியறிவும் கேள்வியறிவும் நிரம்பப் பெறாத, நுண்ணறிவில்லாத நான் புலவர்

சபைக்குச் சென்று உண்மைப் பொருளை எங்ஙனம் எடுத்து இயம்பவல்லேன்?'' என்று விஷ்ணுசித்தர் அடக்கமாகப் பதில் கூறி நின்றார்.

அது கேட்ட பெருமாள், ''நன்று சொன்னீர் புலவரே! நீர் நேரே மதுரைக்குச் செல்லும்! உமக்கு வேண்டிய புலமையை யாமே தந்தருளுவோம்'' என்று கூறிப் பெருமாள் மறைந்தருளினார்.

பெருமாளின் திருவருட் பெருக்கை வியந்தவாறே விஷ்ணுசித்தர் மதுரை சென்றார். இவரின் வருகையைக் கண்டு பாண்டிய மன்னனும் பெருஞ்சிறப்புடன் விஷ்ணு சித்தரை வரவேற்றான். தகுதி நிறைந்த ஆசனமொன்றில் இவரை அமரச் செய்தான். உண்மைப் பொருளைத் தெரிந்துரைக்குமாறு பணிவுடன் வேண்டிக் கொண்டான்.

திருமாலின் திருவருளால் விஷ்ணு சித்தருக்கு சிறந்த ஞானம் ஏற்பட்டது. வேதம், ஆகமம், புராணம், இதிகாசம் முதலானவற்றின் தத்துவப் பொருள்கள் 'பளிச்'சென்று தென்பட்டன.

வைணவ சமயமே உண்மையும் தொன்மையும் வாய்ந்த சமயம் என்பதையும், விஷ்ணுவே மேலான பரம்பொருள் என்பதையும், திருமாலைச் சரண் புகுவதே உயிர்கள் உய்யும் நெறி என்பதையும் விளக்கமாக எடுத்துக் கூறினார் விஷ்ணுசித்தர்.

விஷ்ணுசித்தரின் பெருஞானத்தைக் கண்டு பாண்டிய மன்னனாகிய வல்லபதேவனும், அவைப் புலவர்களும் சொல்வதற்கறியாது திகைத்து நின்றனர். மன்னனும் புலவர் பெருமக்களும் விஷ்ணு சித்தரின் திருவடிகளில் வீழ்ந்து வணங்கினர். அப்போது அற்புதம் ஒன்று நிகழ்ந்தது.

அரசனால் அங்கே கம்பத்தின் உச்சியில் கட்டப் பட்டிருந்த பொற்கிழியானது தானாகவே அறுந்து

வீழ்ந்தது. "இவ்வாறு நிகழ்ந்த இச்செயல் எம்பெரு மானின் திருவருளாலேயே நிகழ்ந்தது!" என்று வியந்தவாறே விஷ்ணுசித்தர் அப்பொற்கிழியை அறுத்தெடுத்துக் கொண்டார்.

விஷ்ணுசித்தரின் பெருமையைக் கண்கூடாகக் கண்ட வல்லபதேவன், அவரை யானை மேலேற்றிப் பெருஞ் சிறப்புடன் திருவீதியுலா செய்வித்தான். புலவர் பெருமக்களும் அடியார்களும் விஷ்ணுசித்தரைப் பலவாறு ஏற்றிப் போற்றினர். புலவர்கட்கெல்லாம் தலைவராக விளங்கும் சிறப்பு விஷ்ணுசித்தருக்கு வாய்க்கப் பெற்றிருந்ததால் 'பட்டர் பிரான்' என்னும் பட்டப்பெயரை மன்னன் இவருக்கு வழங்கிச் சிறப்பித்தான்.

தன் அடியாரான விஷ்ணுசித்தரின் சிறப்பைக் கண்டு மகிழத் திருமாலும் அங்கே வந்து தோன்றியருளினார். பெருமாட்டியுடன் தோன்றியருளும் பெருமாளின் திருக்கோலத்தைக் கண்டு விஷ்ணுசித்தர் மெய் சிலிர்த்தார். பெருமாளின் திருமேனியழகுக்கு ஏதும் நேர்ந்துவிடக் கூடாதே என்று பெரிதும் அஞ்சினார். எனவே, தம்மை மறந்தவராய்ப் "பல்லாண்டு! பல்லாண்டு!" என்று பரமபதநாதனுக்கே பல்லாண்டு பாடத் தொடங்கி விட்டார். இவ்வாறு இவர் அப்போது பாடிய திருப்பல்லாண்டு என்னும் திருப்பதிகம் இன்றளவும் பல இடங்களிலும் பல சமயங்களிலும் பக்தியுடன் பாடப்பட்டு வருகிறது.

பல்லாண்டு பல்லாண்டு பல்லாயிரத்தாண்டு
பலகோடி நூறாயிரம்
மல்லாண்ட திண்தோள் மணிவண்ணா! உன்
சேவடி செவ்விதிருக் காப்பு.

அடியோமோடும் நின்னோடும் பிரிவின்றி
    ஆயிரம் பல்லாண்டு!
வடிவாய் நின்வல மார்பினில் வாழ்கின்ற
    மங்கையும் பல்லாண்டு!
வடிவார்சோதி வலத்துறையும் சுடர்
    ஆழியும் பல்லாண்டு!
படைபோர் புக்கு முழங்கும் அப்பாஞ்ச
    சன்னியமும் பல்லாண்டே!

பெருமாளை வாழ்த்திப் பாடிய விஷ்ணுசித்தர் பின்னர், மன்னனையும் மனங்குளிர வாழ்த்தியருளினார். அங்கிருந்து புறப்பட்டு வில்லிபுத்தூர் வந்து சேர்ந்தார். தான் பெற்று வந்த பொற்கிழியைக்கொண்டு வில்லி புத்தூரில் கோயில் கொண்டிருக்கும் வடபெருங் கோயிலுடையானுக்குத் திருக்கோபுரம் கட்டுவித்தார். பழையபடியே நந்தவனம் சென்று மலர்களைப் பறித்து வந்து மாலையாகத் தொடுத்து மாலவனுக்குச் சாத்தும் திருப்பணியைத் தொடர்ந்தார்.

இவ்வாறிருக்கையில், ஒருநாள் நந்தவனத்தில் தெய்வக் குழந்தையொன்றைக் கண்டெடுத்தார். அக் குழந்தையைப் பரிவுடன் வளர்த்து வந்தார். அக்குழந் தைக்குக் 'கோதை' என்னும் திருநாமம் சாத்தினார். இறைவனின் திருவுள்ளப்படியே கோதையைத் திருவரங்கனுக்குத் திருமணம் செய்து கொடுத்துப் பெருமகிழ்வு கொண்டார்.

விஷ்ணுசித்தருக்கு கிருஷ்ணாவதாரத்தில் பெரிதும் ஈடுபாடு உண்டு. எனவே, கண்ணனைக் குழந்தையாகப் பாவித்துப் பதிகங்கள் பல பாடினார். அவை படிக்கக் படிக்கப் பேரின்பம் தருபவை. இவர் பாடல்கள் 'பெரியாழ்வார் திருமொழி' என்னும் பெயர் பெறும்.

ஆண்டவனுக்கே பல்லாண்டு பாடிய தகுதியும், பெருமையும், திருமாலையே மருமகனாகப் பெற்ற பெரும் பேறும் பெரியாழ்வாருக்கு மட்டுமே வாய்த்தன. எனவேதான் இவர் ஆழ்வார்களுள் பெரியவராக - பெரியாழ்வாராகப் போற்றப்படுகிறார். இவர் பாடிய திருப்பாடல்கள் மொத்தம் 473. பெரியாழ்வாரின் பாடல் களைப் படிக்கும் பேறுபெறுவோர் பேரின்பமடைதல் உறுதியாம்.

சீதக் கடலுள் அமுதன்ன தேவகி
கோதைக் குழலாள் யசோதைக்குப் போத்தந்த
பேதைக் குழவி பிடித்துச் சுவைத்துண்ணும்
பாதக் கமலங்கள் காணீரோ!
பவள வாயீர்வந்து காணீரோ! 1

(சீதம் – குளிர்ச்சி; குழவி – குழந்தை)

குளிர்ச்சியான கடலுள் பிறந்த அமுதத்தை ஒத்த வளாகிய தேவகியிடமிருந்து, பூங்கொத்துகளைச் சூடிய கருங்கூந்தலை உடைய யசோதையிடம் போய்ச் சேர்ந்த ஏதுமறியாக் குழந்தை, தன் பாதப் பெருவிரல்களை வாயிலிட்டுச் சுவைக்கும் அழகை, பவளத்தைப் போன்ற இதழ்களைக் கொண்ட பெண்களே! வந்து பாருங்கள்!

கொட்டாய் பல்லிக்குட்டி!
மட்டார் பூங்குழல் மாதவனை வரக்
கொட்டாய் பல்லிக்குட்டி! 2

சுவர்ப் பல்லியே! வாசமுள்ள பூக்களைச் சூடிய கண்ணனை வரச்சொல்லி குறிப்பால் ஒலியெழுப்பிடு!

கிடக்கில் தொட்டில் கிழிய உதைத்திடும்
எடுத்துக் கொள்ளில் மருங்கை இறுத்திடும்
ஒடுக்கிப் புல்கில் உதரத்தே பாய்ந்திடும்
மிடுக்கிலா மையால் நான் மெலிந்தேன் நங்காய்! 3

(மருங்கு – இடை; உதரம் – வயிறு)

(கண்ணன்) இக்குழந்தை, தொட்டிலில் இட்டுத் தூங்க வைக்க முயன்றால், அது கிழிந்துபோகுமாறு உதைக்கிறது; எடுத்துக் கையில் ஏந்தினால் இடையை முறிக்கிறது; அணைத்துக் கொண்டாலோ, அடிவயிற்றில் உதைக்கிறது. இதன் குறும்புகளுக்கு ஈடுகொடுக்க, நங்கையே! என்னிடம் தெம்பு இல்லை!

பாலைக் கறந்துஅடுப் பேறவைத்து
பல்வளை யாள்என் மகளிருப்ப
மேலைத் தெருவிடம் நெருப்பு வேண்டி
சென்றிரைப் பொழுதங்கே பேசிநின்றேன்.
சாளக் கிராம முடைய நம்பி
சாய்த்துப் பருகிட்டுப் போந்து நின்றான்
ஆலைக் கரும்பின் மொழிஅனைய
அசோதை நங்காய்! உன் மகனைக் கூவாய்! 4

(சாளக்கிராமம் – திருமாலின் வடிவமாகக் கருதப் படும் புனிதக் கல்)

பாலைக் கறந்து, பானையில் ஊற்றி, அடுப்பிலிட்டு, வளையல்களை அணிந்த என் மகளை அருகில் இருக்கச் செய்து, நெருப்பு வாங்குவதற்காக மேலைத் தெருவுக்குச் சென்று, அங்கு சிறிதுபொழுது பேசிக் கொண்டிருந்தேன். புனிதமான சாளக்கிராமத்தில் உறைபவனான இக்கண்ணன், அப்பானையைச் சாய்த்து, பாலைக் குடித்துவிட்டு இங்கு வந்து நிற்கிறான். நான் என்ன செய்வது? ஆலையில் இட்டு சாறு பிழியப்படும் கரும்பையொத்த இனிய சொற்களைப் பேசும் யசோதையே! உன் மகனை அழைத்துக் கொள் அம்மா!

தடவரைவாய் மிளிர்ந்து மின்னும் தவளநெடுங்
கொடிபோல்

சுடரொளியாய் நெஞ்சினுள்ளே தோன்றும் என் சோதி
நம்பீ!
வடதடமும் வைகுந்தமும் மதிள்துவராபதியும்
இடவகைகளிகழ்ந்திட்டு என்பால் இடவகை
கொண்டனையே! 5

(வரை - மலை)

பெரிய மலையின் கண் படர்ந்து, மின்னித் தெறிக்கின்ற மின்னலைப்போல், என் உள்ளத்தில் ஒளிப் பிழம்பாய் விளங்கும் திருமாலே! நின் திருத்தலங்களான திருவேங்கடத்தையும், வைகுந்தத்தையும், மதில்கள் சூழ்ந்த துவாரகையையும் விடுத்து, என் நெஞ்சினுள் கோயில் கொண்டனையே!

பெரியாழ்வார் திருவடிகளே சரணம்.

■■■

பன்னிரு ஆழ்வார்களின் திவ்விய வரலாறு | 77

9

சூடிக்கொடுத்த சுடர்க் கொடி
(ஆண்டாள்)

தெய்வமணம் கமழும் திருவில்லிபுத்தூரில் மலர் மணம் கமழும் நந்தவனம் ஒன்றை அமைத்தார் பெரியாழ்வார். பலநிற மலர்களும் நறுமணத்துடன் அங்கே பூத்துக் குலுங்கின. திருமாலுக்குகந்த திருத் துழாய்ச் செடிகளும் அங்கே செறிந்து நிறைந்து காணப்பட்டன. திருமாலின் திருமேனியழகையெல்லாம் நந்தவனக் காட்சியிலே கண்டு களித்தார் வில்லிபுத்தூ ராழ்வார். நாள்தோறும் அதிகாலையில் நந்தவனத்துக்குச் சென்று மலர் பறித்து மாலையாகத் தொடுப்பது அவருக்கு வழக்கமாக இருந்து வந்தது.

வழக்கம் போல நந்தவனத்தைச் செம்மைப்படுத்தும் பணியில் பெரியாழ்வார் ஒரு நாள் ஈடுபட்டிருந்தார். திருத்துழாய்ச் செடிகளை நடுவதற்காகப் பாத்தியை அமைக்கும் நிலத்தைக் களையெடுக்கும் பொருட்டு கொத்திக் கொண்டிருந்தார். அப்போது அற்புதம் ஒன்று நிகழ்ந்தது!

களை கொத்தும்போது நிலத்தடியில் தெய்வக் குழந்தை ஒன்று தோன்றக் கண்டு பெரியாழ்வார் வியந்தார்! குழந்தையைத் தன் இரு கரங்களாலும் அள்ளி எடுத்துக் கொண்டார்.

பசியோடிருப்பவனுக்கு அறுசுவையுண்டி கிடைத்ததைப் போலவும், வறியவன் ஒருவனுக்கு விலையுயர்ந்த மாணிக்க மணி கிடைத்ததைப் போலவும் பெரியாழ்வாரின் உள்ளம் பெரிதும் மகிழ்ச்சியில் திளைத்தது.

ஆடி மாதம் பூர நட்சத்திரத்தில் அவதரித்த அத்தெய்வக் குழந்தை யார்? வேறு யாருமில்லை! பூமிப் பிராட்டியின் அம்சமே அக்குழந்தை! திருமாலின் திருவருளால் கிடைக்கப் பெற்ற அத்தெய்வக் குழந்தையை எடுத்துக் கொண்டு பெரியாழ்வார் தம் இல்லம் வந்து சேர்ந்தார். குழந்தையின் தெய்வீகக் களையில் தன்னையே மறந்தார்.

'கோதை' என்று திருநாமம் சூட்டித் தன் கண்ணைப் போல அக்குழந்தையைக் காத்து வளர்த்து வந்தார்.

குழந்தைப் பருவத்திலிருந்தே கோதையின் நெஞ்சம் திருமாலின் திருவழகில் ஈடுபடத் தொடங்கிற்று. உண்ணும்போதும் உறங்கும்போதும் கோதை கோவிந்தன் நினைவாகவே இருந்து வந்தாள். அவள் பேசுகின்ற மழலைச் சொற்களிலும், விளையாடும் விளையாட்டிலும் கண்ணனின் தொடர்பே காணப்பட்டது.

பன்னிரு ஆழ்வார்களின் திவ்விய வரலாறு

கோதையின் பக்தி நலம் கண்டு பெரியாழ்வாரும் பிறரும் பெரிதும் வியப்புற்றனர். கோதையின் உடலும் உள்ளமும் வளர்ந்து வருவதற்கொப்பவே, கோதையின் பக்தியும் நாளுக்கு நாள் வளர்ந்து வந்தது. கோவிந்தனை யன்றி வேறு சிந்தனையில்லாத கோதைக்குத் திருமணப் பருவமும் வந்துற்றது.

பெரியாழ்வார் நாள்தோறும் மாலையைத் தொடுப்பார். அம்மாலையை வடபெருங்கோயிலுடையானுக்குச் சாத்தி வருவது வழக்கமாக இருந்து வந்தது. தந்தை யாகிய பெரியாழ்வார் தொடுத்த மாலையை மகளாகிய கோதை ஒரு நாள் தந்தைக்குத் தெரியாமல் தானே சூட்டிக் கொண்டாள். அத்துடன் அணிகலன்கள் பலவற்றாலும் தன்னை அலங்கரித்துக் கொண்டாள். எனவே, மணமகள் போலவே கோதை காட்சியளித்தாள்.

மலர் மாலையாலும் அணிகலன்களாலும் தன்னை அலங்கரித்துக் கொண்ட கோதை நிலைக்கண்ணாடி ஒன்றின் முன் நின்றாள். தன் அழகைத் தானே கண்டு களித்தாள். கோவிந்தனுக்கேற்ற கோதையாகவே தான் காட்சியளிப்பதாக எண்ணி நெஞ்சங் குளிர்ந்தாள்.

கோதை இவ்வாறு தன்னை அலங்கரித்து மகிழும் போது பெரியாழ்வார் வீட்டில் இல்லை. அவர் வருவதற்குள் தான் அணிந்திருந்த மலர் மாலையைக் கழற்றிக் கோதை பூக்கூடைக்குள்ளேயே வைத்து விட்டாள். இதையறியாத பெரியாழ்வார் அம்மலர்க் கூடையை எடுத்துக் கொண்டு வழக்கம் போலக் கோவிலுக்குச் சென்றார். வடபத்திர சாயிக்கு அம்மலர் மாலையை அணிவித்துப் பக்திப் பணி செய்தார்.

இவ்வாறு நாள்தோறும் பெரியாழ்வார் மாலை தொடுப்பதும், தந்தைக்குத் தெரியாமல் கோதையார்

அம்மலர் மாலையைத் தான் சூட்டி மகிழ்ந்து வைத்து விடுவதும் வழக்கமாக இருந்து வந்தது.

இவ்வாறே நாட்கள் சில நகர்ந்தன. ஒரு நாள் கோதையின் செயலைப் பெரியாழ்வார் பார்த்து விட்டார். பெருமானுக்கென்று தாம் தொடுத்த மாலையைத் தன் திருமகளார் அணிந்திருப்பதைக் கண்டு அவருக்கு ஆத்திரம் பொங்கிற்று.

"கோதையே! இது என்ன பேதைமை! இம்மலர் மாலை இறைவனுக்குரியதன்றோ! இதனை நீ சூடியது தகுமோ? இச்செயல் இறைவனுக்கு ஏற்குமோ? இனி எப்போதும் இவ்வாறு செய்யாதே!" என்று கூறிக் கோதையைப் பெரியாழ்வார் பெரிதும் கடிந்து கொண்டார். பின்னர் ஒருவாறு சினந்தணிந்து தம் திருமகளாருக்கு அறிவுரைகள் பல புகன்றார்.

நந்தவனத்தில் அன்று வேறு மலரில்லாமையால் மாலை சாத்தும் பணி தடைபட்டது.

அன்று இரவு மனக்குறையுடனே பெரியாழ்வார் படுக்கைக்குச் சென்றார். ஆழ்வாரின் கனவில் வட பெருங்கோயிலுடையான் எழுந்தருளினார்.

"அன்பரே! இன்று எனக்கு மாலை சாத்தத் தாங்கள் ஏன் வரவில்லை?" என்று பெருமாள் ஆழ்வாரை வினவியருளினார்.

தம் மகளாரின் பொருத்தமற்ற செயலை எடுத்துக் கூறி ஆழ்வார் பெரிதும் வருந்தினார். இது கேட்ட பெருமாள் "ஆழ்வாரே! கோதை சூடிக் கொடுக்கும் மாலையே எமக்கு மணம் மிக்கதாக இருக்கிறது. அதுவே எம் உள்ளத்துக்கு மகிழ்ச்சியையும் அளிக்கிறது. எனவே, நீர்

நாள்தோறும் கோதை சூட்டிக் கொடுக்கும் மாலை யையே கொண்டு வந்து எமக்குச் சூட்டுவீராக!'' என்று அருளிச் செய்தார்.

பெருமாள் கனவில் கூறியருளியதைக் கேட்ட பெரியாழ்வார் கண் விழித்துக் கொண்டார். தம் மகளார் இலக்குமியின் திருஅவதாரமே என்பதை அறிந்து கொண்டார். ஆண்டவனைத் தன் அன்பால் ஆண்டு கொண்ட கோதையை 'ஆண்டாள்' என்னும் திருப் பெயரால் அழைத்து மகிழ்ந்தார். பெருமானுக்கு மலர் மாலையைச் சூடிக் கொடுத்த பெருமையைப் பெற்றதால் 'சூடிக்கொடுத்த சுடர்க்கொடி' என்றும், 'சூடிக்கொடுத்த நாச்சியார்' என்றும் கோதைக்குத் திருநாமங்கள் வழங்கலாயின.

திருமால் மீது ஆண்டாள் கொண்ட காதல் நாளுக்கு நாள் வளர்ந்து கொண்டே வரலாயிற்று. கண்ணனையே எண்ணி எண்ணி உள்ளம் கசிந்துருகினார். கண்ணனையே கணவனாக அடையவேண்டும் என்பதற்காகப் 'பாவை நோன்பு' நோற்றார். தாம் நோற்ற பாவை நோன்பினைப் பாடலாகப் பாடியருளினார். இறைவன்பால் தான் கொண்ட காதலையெல்லாம் திருப்பாடல்கள் மூலம் வெளிப்படுத்தினார்.

மணப்பருவம் வந்துற்ற தன் மகளாரின் திருமணத்தைப் பற்றிப் பெரியாழ்வார் சிந்திக்கலானார். ஆண்டாளை அழைத்தார். ''கோதையே! நீ யாருக்கு வாழ்க்கைப்பட எண்ணுகிறாய்?'' என்று வினவினார்.

''மானிடர் எவரையும் நான் மணம் புரிந்து கொள்ள மாட்டேன். மானிடர்க்கென்று வாழ்க்கைப்படின் உயிர் வாழமாட்டேன்!'' என்று கோதை தம் தந்தையாரிடம் உறுதிபடக் கூறினார்.

''அப்படியாயின் உன் திருமணம் எப்படித்தான் நிகழும்?'' என்று மேலும் ஆழ்வார் கேட்கத் தொடங்கினார்.

''திருவரங்கப் பெருமானுக்கே நான் உரிமையுடையவள் ஆவேன்!'' என்று ஆண்டாள் திட்டவட்டமாகக் கூறினார்.

''ஊனிடை ஆழிசங்கு உத்தமர்க்கென்று
உன்னித்து எழுந்தஎன் தடமுலைகள்
மானிடவர்க்கென்று பேச்சுப்படின்
வாழகில்லேன் கண்டாய் மன்மதனே!''

''திருவரங்கப் பெருமாளைத் திருமணம் செய்து கொள்வது என்பது நடக்கக் கூடிய செயல்தானா?'' என்று சிந்தித்தவாறே ஆழ்வார் துயிலத் தொடங்கி விட்டார். ஆழ்வாரின் கனவில் திருவரங்கப் பெருமான் எழுந்தருளினார். ஆண்டாளைத் திருவரங்கத்துக்கு அழைத்து வருமாறு பெரியாழ்வாருக்கு ஆணையிட்டார்.

கோயிலில் பணி செய்வார் கனவிலும் திருவரங்கப் பெருமான் எழுந்தருளினார். பெரியாழ்வார் வாழும் வில்லிபுத்தூருக்குச் சென்று சகல மரியாதைகளுடனும் ஆண்டாளைத் திருவரங்கத்துக்கு அழைத்து வருமாறு கூறியருளினார்.

திருவரங்கத்திலுள்ளாரும் திருவரங்கப் பெருமானின் அருளாணைப்படியே வில்லிபுத்தூருக்குச் சென்றனர். தங்கள் கனவில் பெருமாள் கூறியருளியதையும் எடுத்தியம்பினர். இது கேட்டுப் பெரியாழ்வார் பெரிதும் மகிழ்ச்சியடைந்தார். வடபெருங்கோயிலுடையானை வணங்கி, பெரியாழ்வார் திருவரங்கம் நோக்கிக் கோதையுடன் பயணமானார்.

இவற்றையெல்லாம் கேள்வியுற்ற பாண்டிய மன்னன் அடைந்த மகிழ்ச்சிக்கு அளவேயில்லை. வில்லிபுத் தூருக்கும் திருவரங்கத்துக்கும் இடைப்பட்ட வழி யினைப் பலவாறு அலங்கரித்தான். நால்வகைப் படைகளும் சூழத் தானும் ஆழ்வாருடன் சேர்ந்து கொண்டான்.

அனைவரும் திருவரங்கத்தை அடைந்தனர். திருவரங் கத்திலுள்ளார் சூடிக்கொடுத்த சுடர்க் கொடியைப் பலவாறாகப் போற்றித் துதித்து எதிர் கொண்டு அழைத்துச் சென்றனர்.

மங்கல வாத்தியங்கள் முழங்க ஆண்டாள் திருவரங்கப் பெருமாள் திருக்கோயிலுக்குள் சென்றார். தந்தையாகிய ஆழ்வாரும், பாண்டிய மன்னனும், பக்தர் குழாமும் பார்த்துக் கொண்டிருக்கும்போதே ஆண்டாள் திருவரங்கப் பெருமானின் திருவடியருகே சென்றார்.

என்னே அற்புதம்! ஒளி வடிவோடு ஆண்டாள் அரங்கப் பெருமானுடன் இரண்டறக் கலந்து விட்டார். இவ்வற்புதத்தைக் கண்டு பெரியாழ்வாரும், பாண்டிய மன்னனும், பக்தர் குழாமும் பரவசமெய்தி நின்றனர்.

அப்போது திருவரங்கப் பெருமானின் விக்கிரகத்தி லிருந்தும் தெய்வ ஒளி ஒன்று தோன்றியது.

''ஆழ்வாரே! இன்று முதல் நீர் எனக்கு மாமனாராகி விட்டீர்! நான் அளிக்கும் தீர்த்தத்தையும் திருமாலை யினையும் பெற்றுக் கொள்ளும்! வில்லிபுத்தூருக்கே நீர் சென்று வடபெருங்கோயிலுடையானுக்குத் தொண்டு செய்து கொண்டு வாரும்!'' என்றருளிச் செய்த திருவரங்கப் பெருமானின் திருவாக்கைக் கேட்டுப் பெரியாழ்வார் மெய்சிலிர்த்தார். தனக்குக் கிடைத்த பெரும்பேற்றினை எண்ணி விம்மிதமுற்றார்.

எனினும், "கோதையைப் பிரிந்து செல்ல வேண்டியுள்ளதே" என்பதை நினைக்கும்போது பெரியாழ்வாரின் மனம் பெரிதும் பேதலித்தது. பெற்ற மனம் பித்தல்லவா? என்ன செய்வது! பெருமாளின் ஆணையைப் பெரியாழ்வாரால் மீற முடியுமா? எனவே பெரியாழ்வார் இருதலைக் கொள்ளி எறும்பானார். கடைசியில், பிரிய மனமில்லாமல் பிரிந்து வில்லிபுத்தூர் சென்றார். வழக்கம் போலவே வடபெருங்கோயிலுடையானுக்குத் திருத்தொண்டு செய்து வந்தார்.

திருவரங்கப் பெருமானுக்கே ஆட்பட்ட ஆண்டாளின் பக்தி வைராக்யத்தை என்னென்று இயம்புவது! எண்ணியதை எண்ணியவாறே எய்திவிட்டார் கோதை!

ஆண்டாள் அருளிச் செய்த திருப்பாவையும் நாச்சியார் திருமொழியும் படிக்கப் படிக்கத் தெவிட்டாத தேன் பாடல்கள்! சொல்லாட்சிக்கு ஆண்டாள் அருளிய பாடல்கள் எடுத்துக்காட்டாக உள்ளன. இவர் அருளிய திருப்பாடல்கள் மொத்தம் 133.

'திருவாடிப் பூரத்துச் செகத்துதித்த' சூடிக்கொடுத்த சுடர்க்கொடியின் பாடல்களைப் பாடிப் பக்தியின்பத்தில் திளைப்போமாக!

கருப்பூரம் நாறுமோ? கமலப்பூ நாறுமோ?
திருப்பவளச் செவ்வாய்தான் தித்தித் திருக்குமோ?
மருப்பொசித்த மாதவன்தன் வாய்ச்சுவையும் நாற்றமும்
விருப்புற்றுக் கேட்கின்றேன் சொல்லாழி
                                                வெண்சங்கே! 1

(கமலம் - தாமரை; மருப்பு - மலை; நாற்றம் - வாசம், மணம்)

திருமாலின் இடக்கையில் வீற்றிருக்கும் 'பாஞ்சசன்னியம்' என்னும் பெயர் கொண்ட வெண்மையான

சங்கே! கிருஷ்ணாவதாரத்தில் கோவர்த்தன மலையை குடையாக உயர்த்திப் பிடித்த மாதவனின் செம்பவளம் போன்ற வாயில், கற்பூரத்தின் மணம் வீசுமா? தாமரை யின் மணம் வீசுமா? அது சுவைக்கத் தித்திப்பாக இருக்குமா? அதை விரும்பிக் கேட்கிறேன், எனக்குச் சொல்வாயாக!

ஓங்கி யுலகளந்த உத்தமன் பேர்பாடி
நாங்கள்நம் பாவைக்குச் சாற்றி நீராடினால்
தீங்கின்றி நாடெல்லாம் திங்கள்மும் மாரிபெய்து
ஓங்கு பெருஞ்செந்நெல் ஊடுகயல் உகளப்
பூங்குவளைப் போதில் பொறிவண்டு கண்படுப்பத்
தேங்காதே புக்கிருந்து சீர்த்தமுலைபற்றி
வாங்கக் குடம்நிறைக்கும் வள்ளல் பெரும்பசுக்கள்
நீங்காத செல்வம் நிறைந்தேலோ ரெம்பாவாய்.   2

(கயல் - மீன்)

வாமனாவதாரத்தில், நெடியோனாய் வானளாவ உயர்ந்து, பூவுலகைத் தம் ஓரடியால் அளந்த உத்தமனா கிய திருமாலின் நாமத்தைப் பாடி, பாவை நோன்பு நோற்போம். அவனது புகழைப் பாடி, அதிகாலையில் நீராடுவோம். பாவை நோன்பினால், நாட்டில் தீயவை மறையும்; மாதந்தோறும் மும்மாரி பொழியும்; மழை வளம் பெருகியதால், நீர் தேங்கிய வயல்களில் மீன்கள் துள்ளி விளையாடும்; மொட்டவிழ்ந்த குவளை மலர் களில் தேன் குடித்த வண்டுகள் மயங்கி உறக்கத்தில் ஆழும். இல்லத்தில் வளர்க்கும், செழுமையான மடியை உடைய பசுக்கூட்டங்கள், பாற்காம்புகளைப் பற்றிக் கறந்தால், பாலைத் தேக்கி வைக்காமல், வள்ளல் தன்மையுடன் பாலைப் பொழிந்து குடங்களை நிரப்பும். இவ்வாறு எங்கு நோக்கினும் செல்வவளம் மிகுந்து காணப்படும்.

சிற்றஞ் சிறுகாலே வந்துன்னைச் சேவித்து உன்
பொற்றா மரையடியே போற்றும் பொருள்கேளாய்
பெற்றம் மேய்த்துண்ணும் குலத்திற் பிறந்து நீ
குற்றேவல் எங்களைக் கொள்ளாமற் போகாது
இற்றைப் பறைகொள்வான் அன்றுகாண் கோவிந்தா
எற்றைக்கும் ஏழேழ் பிறவிக்கும உன் தன்னோடு
உற்றோமே யாவோம் உனக்கேநாம் ஆட்செய்வோம்
மற்றைநங் காமங்கள் மாற்றேலோ ரெம்பாவாய். 3

(காமம் – விருப்பம், ஆசை)

கண்ணா! அதிகாலையில் உன் கோயிலை நாடி வந்து, பொன்னாலாகிய தாமரை மலர்களையொத்த நின் திருவடிகளை வணங்கும் காரணம் என்னவென்று கேட்பாயாக! ஆநிரை மேய்த்து வாழும் இடையர் குலத்தில் பிறந்த நீ, எங்களை ஆட்கொண்டு அருளாமல் புறக்கணித்தலாகாது. இன்று வந்து உன்னை வணங்குவது பறையைப் பெறுவதற்காக மட்டுமன்று. கோவிந்தா! ஏழேழு பிறவிக்கும் நாங்கள் உனக்கே உரிமையுடையவர்கள் ஆவோம்; உனக்கு மட்டும் அடிமையாகிப் பணி செய்வோம். எம்முடைய மற்ற விருப்பங்களை நீக்கியருள்வாயாக!

வாரணம் ஆயிரம் சூழ வலஞ்செய்து
நாரணன் நம்பி நடக்கின்றான் என்னெதிர்
பூரண பொற்குடம் வைத்துப் புறமெங்கும்
தோரணம் நாட்டக் கனாக்கண்டேன் தோழீ! நான் 4

(வாரணம் – யானை)

தோழி! நான் கண்ட கனவினைக் கூறுவேன், கேட்பாயாக! அழகுற அலங்கரிக்கப்பட்ட ஆயிரக்கணக் கான யானைகள் திருவீதியுலா வருகின்றன. நீர் நிறைந்த பொற்குடங்களும் முளைப் பாலிகையும் வரிசையாக வைக்கப்பட்டுள்ளன. மணப் பந்தல் மாவிலைகளாலும்

தோரணங்களாலும் அலங்கரிக்கப்பட்டுள்ளது. நாராயண னாகிய மாதவன் மணக்கோலத்துடன் என்னெதிரில் வருகின்றான்.

மத்தளங் கொட்ட வரிசங்கம் நின்றூத
முத்துடைத் தாம நிறைதாழ்ந்த பந்தற்கீழ்
மைத்துனன் நம்பி மதுசூதன் வந்தென்னைக்
கைத்தலம் பற்றக் கனாக்கண்டேன் தோழீ! நான்

(தாமம் – மாலை)

தோழி! மத்தளம் இசைக்க, சங்குகள் முழங்க, முத்து மாலைகளைத் தாழ்வாகக் கட்டி அலங்கரிக்கப்பட்ட மணப் பந்தலில், மதுசூதனாகிய மாதவன், என் உள்ளங் கையைப் பற்றுவது போல கனவு கண்டேன்.

ஆண்டாள் திருவடிகளே சரணம்!

■■■

10

தொண்டரடிப் பொடியாழ்வார்

வளம் மிக்க காவிரி நதி பாயும் வாய்ப்பைப் பெற்றது சோழவளநாடு. சோழவள நாட்டில் வைணவத் திருப்பதிகள் பலவுள. அவற்றுள் ஒன்று புள்ளம் பூதங்குடி என்பது. இது திருமங்கையாழ்வாரின் மங்களா சாசனம் பெற்ற திருத்தலம். இத்திருத்தலத்துக்கருகே திருமண்டலங்குடி என்னும் பெயருடைய திருத்தலம் ஒன்றுண்டு. வேதங்களைக் கற்று, வேத நெறியில் ஒழுகிவந்த வேதியர் ஒருவர் வாழ்ந்து வந்தார். இவருக்குத் திருமாலின் திருவருளால் திருக்குமாரர் ஒருவர் அவதரித்தார்.

இக்குழந்தை திருமாலின் வனமாலையின் அம்சமாக அவதரித்தது. இக்குழந்தைக்குத் தந்தையார் 'விப்ர நாராயணர்' என்னும் திருநாமம் சூட்டி மகிழ்ந்தார். வேத விதிப்படிச் செய்ய வேண்டிய சடங்குகளையெல்லாம் விப்ர நாராயணருக்குத் தந்தையார் உரிய பருவங்களில் செய்து சிந்தை குளிர்ந்தார்.

நான்கு மறைகளையும், ஆறு சாத்திரங்களையும் விப்ர நாராயணர் கற்றுத் தேர்ந்தார். கல்வியறிவும் கேள்வி யறிவும் வாய்க்கப் பெற்ற விப்ர நாராயணரின் ஞான வளர்ச்சியைக் கண்டு தந்தையார் மனம் பூரித்தார்.

'ஓம்' எனும் திருமந்திரத்தின் உட்பொருளை உணர்ந்த விப்ர நாராயணருக்குத் திருமாலின் திவ்ய குணங்களில் மனம் தோய்ந்தது. இதனால் நாரணனிடத்திலேயே ஆழ்ந்த சிந்தனையுடையவரானார். விப்ர நாராயணர், பேரின்பத்தை அளிக்கவல்ல பெருமாளின் நினைவாகவே இருந்து வந்ததால், இவருக்கு இவ்வுலக இன்பத்தில் ஈடுபாடு ஏற்படவில்லை. எனவே, இவர் திருமணம் செய்து கொள்ளாமல் பிரம்மச்சரியத்தையே கடைப்பிடித்து வந்தார்.

திருமால் எழுந்தருளியிருக்கும் திருத்தலங்கட்கெல்லாம் சென்று வழிபட வேண்டும் என்ற சிந்தனை இவருக்கு ஏற்படலாயிற்று. திருவரங்கம் எனப்படும் பெரிய கோயிலுக்கு இவர் முதலில் சென்றார். அங்கே காவிரியாற்றிடைக் கரையில் எழுந்தருளியிருக்கும் எம்பெருமானைக் கண்டு நெஞ்சு உருகினார். 'குடதிசை முடியை வைத்துக் குணதிசை பாதம் நீட்டி வடதிசை பின்பு காட்டித் தென்திசை இலங்கை நோக்கி' பள்ளி கொண்டிருக்கும் பரந்தாமனின் வடிவழகைக் கண்டு பக்திப் பரவசமடைந்தார்.

அரங்கநாதப் பெருமாளுக்குப் பூவும் மாலையும் திருத்துழாயும் சமர்ப்பிக்கும் அரும்பணியை மேற்கொண்டொழுகினார். இதற்காக நந்தவனம் ஒன்றையும் இத்திருப்பதியில் இவர் அமைத்தார். திருவரங்கத்திலேயே தங்கித் திருவரங்கப் பெருமானுக்கே சேவை செய்து, அந்தணர் இல்லங்களுக்குச் சென்று, அன்னத்தைப் பிச்சையாகப் பெற்று, அமுது செய்து அகம் மிக மகிழ்ந்து வந்தார்.

வழக்கம் போல ஒரு நாள் விப்ர நாராயணர் நந்தவனத்தில் தன் பணியைச் செய்து கொண்டிருந்தார். அப்போது தேவதேவி என்னும் பெயருடைய அழகு

மங்கை ஒருத்தி அந்த நந்தவனத்திற்கு வந்து சேர்ந்தாள். நந்தவனத்தில், திருப்பணி செய்து கொண்டிருந்த விப்ர நாராயணரை தேவதேவி கண்டு விட்டாள். அவருடைய வடிவழகில் தன் மனத்தைப் பறிகொடுத்தாள். எனவே, தேவதேவி விப்ர நாராயணரின் திருமுன்பு சென்று நின்றாள். பணிவுடன் வணங்கி எழுந்தாள். தன் உடலழகையெல்லாம் காட்டி அவரை மயக்க முற்பட்டாள். ஆனால் விப்ர நாராயணரோ தேவதேவியை ஏறெடுத்தும் பார்க்கவில்லை. தன் பணியிலேயே கவனம் மிக்கவராக இருந்தார்.

மன்னாதி மன்னரையும் தன் அழகால் மயங்க வைக்கும் தேவதேவியின் சாகசம் விப்ர நாராயணர் பால் பலிக்கவில்லை. தன் எண்ணம் வெற்றி பெறாததைக் கண்ட தேவதேவி அருகிலிருந்த தன் தமக்கையிடம் "இவன் பித்தனோ? பேயனோ?" என்று கேட்டாள்.

இதைக் கேட்ட அவள் 'இவன் பித்தனுமல்லன், பேயனுமல்லன், பேடியுமல்லன்! தெய்வத் தொண்டில் ஊன்றி நிற்கும் மகாவிரதன். பக்தி வைராக்யமுடைய இவனை வசப்படுத்த உன்னாலாகாது'' என்று உறுதிபடக் கூறினாள். "இவனை என் வசப்படுத்தாமல் விடமாட்டேன்!" என்று தேவதேவி தன் தமக்கையிடம் சபதம் செய்தாள்.

தேவதேவி ஓர் உபாயஞ் செய்தாள். தான் அணிந்திருந்த அணிகலன்களையெல்லாம் தன் தமக்கை யிடம் கழற்றிக் கொடுத்தாள். பட்டாடைகளைக் களைந் தாள். காவியுடையை உடுத்திக் கொண்டாள். பெண் துறவியைப் போன்ற கோலத்துடன் சென்று விப்ரநாரா யணரின் திருவடிகளில் வீழ்ந்து வணங்கினாள். தன்னை வணங்கி நிற்கும் தேவதேவியை விப்ரநாராயணர் நிமிர்ந்து பார்த்தார். "நீ யார்? இங்கு ஏன் வந்தாய்?" என்று கேட்டார்.

பன்னிரு ஆழ்வார்களின் திவ்விய வரலாறு

தேவதேவி தன் எண்ணம் பலித்ததென்று மகிழ்ச்சி கொண்டாள். எனவே, பணிவோடு பதில் கூறலானாள்.

"சுவாமி! நான் வேசையர் குலத்தில் பிறந்தவள். என் தாய் என்னை எங்களின் குலத் தொழில் செய்யுமாறு வற்புறுத்துகிறாள். எனக்கோ அது சம்மதமில்லை. எனவே, தங்களைச் சரணடைந்து உய்வு பெற எண்ணு கிறேன். தங்களுக்கு உதவியாக நந்தவனப் பணியினை நான் செய்து வர எனக்கு அருள் புரிய வேண்டும். பாத்தி கொத்துதல், செடி நடுதல், நீர் பாய்ச்சுதல், பூப்பறித்தல், மாலை தொடுத்தல் முதலான பணிகளைத் தங்கட்கு உதவியாகச் செய்து வருவேன். தாங்கள் என்னை வெறுத்தொதுக்காமல் ஏற்றுக் கொண்டு அருள் புரிய வேண்டும்!" என்று அடுக்கிக்கொண்டே போனாள்.

இவள் பேச்சையெல்லாம் விப்ரநாராயணர் பொறு மையாகக் கேட்டுக் கொண்டிருந்தார். இவள் பேச்சுக் களை உண்மையென்றே நம்பினார். எனவே, தன்னுடன் தங்கிப் பணிபுரிய அனுமதி தந்தார். அவளும் அவரின் மனத்துக்கேற்ற வண்ணம் நடந்து வரலானாள்.

இவ்வாறு மாதங்கள் பல சென்றன. ஒருநாள் விப்ர நாராயணர் தன் குடிசைக்குள் தங்கியிருந்தார். அப்போது பெருமழை பெய்து கொண்டிருந்தது. மழையில் நனைந்தவளாய் தேவதேவி குடிசைக்குள் நுழைந்தாள். அவள் நிலைகண்டு விப்ரநாராயணர் இரக்கம் கொண்டார். அதுவே தக்க சமயமென்று தேவதேவி தன் சாமர்த்தியத்தால் அவரை மயக்கித் தன் வசப்படுத்தி னாள். மனம் மயங்கிய நிலையில் விப்ரநாராயணர் தேவதேவியின் வசமானார். காமம் வென்றது.

இவ்வாறு வெற்றி கொண்ட தேவதேவியுடன் விப்ர நாராயணர் சில காலம் வாழ்ந்து வந்தார். அவரிடமிருந்த செல்வம் அனைத்தும் கரைந்தது. வறுமை ஆட்

கொண்டது. செல்வமற்ற விப்ரநாராயணரிடம் தேவ தேவி தங்கியிருப்பாளா? அவள் அவரிடம் சொல்லிக் கொள்ளாமலே தன் இல்லம் சென்று விட்டாள்.

தேவதேவியின் பிரிவைத் தாங்கிக் கொள்ள விப்ர நாராயணரால் இயலவில்லை. எனவே, அவள் வீட்டைத் தேடிக் கண்டுபிடித்தார். வீட்டு வாயிற்படியின் வெளியி லேயே தயக்கமுடன் நின்று கொண்டிருந்தார்.

விப்ர நாராயணர் நிற்கும் பரிதாப நிலையை வைகுந்தத்திலிருந்த இலக்குமி தேவியார் திருமாலிடம் சுட்டிக் காட்டினார். பக்தனின் மனத்தைப் பக்குவப் படுத்திப் பக்திநிலைக்கு மீண்டும் திரும்புமாறு அவனுக்கு அருள் புரிய வேண்டும் என்று இலக்குமி பிராட்டியார் வேண்டிக் கொண்டார். திருமாலும் பிராட்டியின் வேண்டுகோளுக்கு இசைந்து செயல்படத் தொடங்கினார்.

திருமால் மானிட வடிவந் தாங்கினார். தன் திருக்கோயிலிலிருந்த பொற்கிண்ணம் ஒன்றை யாரும் அறியா வகையில் எடுத்துக் கொண்டார். நேரே தேவ தேவியின் வீட்டுக்குச் சென்றார். அங்கு நின்றிருந்த விப்ர நாராயணரின் கண்களுக்குப் புலப்படாமல் வீட்டுக் கதவைத் தட்டினார்.

உள்ளே இருந்த தேவதேவி கதவைத் திறந்து பார்த்தாள். மானிட வடிவம் தாங்கிய திருமால் நின்றி ருப்பதைக் கண்டாள். அவர் வந்த காரணத்தைக் கேட்டாள். விப்ரநாராயணர் கொடுத்தனுப்பியதாகக் கூறித் தான் கொண்டு வந்த பொற்கிண்ணத்தைத் தேவ தேவியிடம் கொடுத்தார். அவள் அதனைப் பெரிதும் ஆர்வமுடன் வாங்கிக் கொண்டாள். விப்ர நாராயணரைத் தன் வீட்டுக்கு அனுப்பி வைக்குமாறு கூறிவிட்டு உள்ளே சென்றுவிட்டாள்.

பக்தவத்சலனான பரந்தாமன் விப்ர நாராயணரின் கண்களுக்குத் தோன்றியருளினார். தேவதேவி உடனே வரச் சொன்னதை விப்ர நாராயணரிடம் கூறிவிட்டு மறைந்தருளினார். உள்ளம் குளிர்ந்த விப்ர நாராயணர் விரைந்து உள்ளே சென்றார். அன்றிரவு தேவதேவியின் வீட்டிலேயே தங்கினார்.

இரவுப் பொழுது நீங்கியது. கோவில் கதவு திறக்கப் பட்டது. கோயிற் காப்போர் கோயிலுக்குள்ளிருந்த பொற் கிண்ணத்தைக் காணாது திகைத்தனர். அரசரிடம் சென்று இச்செய்தியை அறிவித்தனர்.

பொற்கிண்ணத்தைத் தேடிக் கண்டுபிடித்துத் தன்னிடம் கொணருமாறு ஏவலர்களுக்குக் காவலன் கட்டளையிட்டான். ஏவலர்கள் பல இடங்களிலும் தேடிச் சலித்தனர். இறுதியில், தேவதேவியின் வீட்டில் அப்பாத்திரம் இருக்கக் கண்டனர். தேவதேவியைப் பாத்திரத்துடன் அரசன் முன் கொண்டு வந்து நிறுத்தினர். மன்னன் அவளைப் பலவகையிலும் விசாரணை செய்தான்.

தனக்கும் ஒன்றும் தெரியாது என்றும், விப்ர நாராயணர் கொடுத்தனுப்பியதாக அழகிய மணவாள தாசன் என்பவர் அப்பாத்திரத்தைத் தன்னிடம் கொடுத் தனுப்பியதாகவும் தேவதேவி மன்னனிடம் கூறினாள். மன்னன் விப்ரநாராயணரை அழைத்து விசாரித்தான்.

தனக்கு ஏவலாளர் யாரும் இல்லையென்றும், தான் அப்பாத்திரத்தைக் கொடுத்தனுப்பவில்லையென்றும் விப்ரநாராயணர் மன்னரிடம் உறுதிபட எடுத்துக் கூறி நின்றார்.

திருட்டுப் பொருளை வாங்கிய குற்றத்திற்காக தேவதேவிக்கு மன்னன் அபராதம் விதித்தான். விப்ர

நாராயணரைச் சிறையிலிட்டான். பக்தன் சிறைப் பட்டதைக் கண்ட பிராட்டி பக்தனைச் சோதிக்க வேண்டாமென்று மீண்டும் திருமாலை வேண்டிக் கொணடார். எனவே, திருமால் மன்னன் கனவில் தோன்றி நடந்தவற்றையெல்லாம் விவரமாக எடுத்துக் கூறியருளினார். திருமாலின் வாய்மொழியைக் கேட்ட மன்னன் உடனே விப்ர நாராயணரைச் சிறையிலிருந்தும் விடுதலை செய்யுமாறு ஆணை பிறப்பித்தான்.

திருமாலுக்குத் தொண்டு செய்வதை மறந்து பெண்ணின்பத்தில் ஈடுபட்ட தன் தவற்றை நினைந்து நினைந்து விப்ர நாராயணர் கண்ணீர் விட்டார். தான் செய்த பிழைக்குப் பரிகாரம் செய்ய விரும்பினார். எனவே, சான்றோர்களை அணுகினார். தான் செய்த தவறுக்குத் தக்க பரிகாரம் கூறுமாறு வேண்டிக் கொண்டார். திருமாலடியார்களின் திருவடித் தீர்த்தத் தைப் பருகுவதே தக்க பரிகாரம் என்று அச்சான்றோர்கள் கூறினர். இவரும் அவ்வாறே திருமாலடியார்களின் திருவடித் தீர்த்தத்தைப் பருகித் தம் பாவத்தைக் கழுவிக் கொண்டார்.

இவ்வாறு விப்ர நாராயணர் தொண்டர்களின் அடிப் பொடியைத் தன் தலைமேல் கொண்டு போற்றியதால் இவருக்குத் 'தொண்டரடிப் பொடியாழ்வார்' என்னும் திருநாமம் வழங்கலாயிற்று.

தொண்டரடிப் பொடியாழ்வார் திருவரங்கப் பெருமானின் நினைவாகவே இருந்து தொண்டு செய்து தம் காலத்தைப் போக்கி வந்தார். 'அன்பர் தாள் தூளி' என்று இவரை உலகம் அன்புடன் அழைக்கலாயிற்று. தம் பக்தி அநுபவங்களையெல்லாம் பிரபந்தங்களாகப் பாடியருளினார்.

பன்னிரு ஆழ்வார்களின் திவ்விய வரலாறு

தொண்டரடிப் பொடியாழ்வார் பாடிய பிரபந்தங்கள் இரண்டு. அவை திருமாலை, திருப்பள்ளியெழுச்சி என்பன. திருமாலை நாற்பத்தைந்து பாசுரங்களும், திருப்பள்ளியெழுச்சி பத்து பாசுரங்களும் ஆக ஐம்பத்தைந்து பாசுரங்களைப் பாடியருளினார்.

பிறவி வேண்டாப் பெற்றியரான இவர் பாடல்களைப் படிப்போர் தம் பிறவித் துன்பம் நீங்கப் பெறுவர் என்பது உறுதி.

"வேதநூற் பிராயம் நூறு
  மனிசர்தாம் புகுவ ரேனும்
பாதியும் உறங்கிப் போகும்
  நின்றதில் பதினை யாண்டு
பேதைபா லகன தாகும்
  பிணிபசி மூப்புத் துன்பம்
ஆதலால் பிறவி வேண்டேன்
  அரங்கமா நகரு ளானே!"   1

(பிராயம் – வயது; பாலகன் – குழந்தை; பிணி – நோய்; மூப்பு – முதுமை)

திருவரங்கத்தில் எழுந்தருளியுள்ள எம்பெருமானே! சாத்திரங்களில், மனிதர்க்குச் சொல்லப்பட்டுள்ள ஆயுட்காலம் நூறு வயது. எனினும், அதில் பாதி நாட்கள் உறக்கத்தில் கழிகின்றன. மீதியுள்ள காலத்தில், பதினைந்து ஆண்டுகள் குழந்தைப் பருவத்தில் கழிகின்றன. எஞ்சிய நாட்களில் பசியும், நோயும், முதுமையும், துன்பங்களும் வருத்துகின்றன. ஆதலால் மனிதப் பிறவி எனக்கு வேண்டாம்.

பச்சைமா மலைபோல் மேனி
  பவளவாய் கமலச் செங்கண்
அச்சுதா! அமரர் ஏறே!
  ஆயர்தம் கொழுந்தே என்னும்

இச்சுவை தவிர யான்போய்
 இந்திரலோகம் ஆளும்
அச்சுவை பெறினும் வேண்டேன்
 அரங்கமா நகரு ளானே!   2

(கமலம் – தாமரை; அமரர் – தேவர்; ஏறு – தலைவன்)

திருவரங்கத்தில் எழுந்தருளியுள்ள எம்பெருமானே! பசுமையான, பெரிய மலையையொத்த திருமேனியையும், பவளம் போன்ற சிவந்த வாயினையும், தாமரையைப் போன்ற சிவந்த கண்களையும் உடைய அச்சுதனே! தேவர்களின் தலைவனே! ஆயர்குலத்தில் பிறந்தவனே! என்று நின்னைப் பாடிப் பரவும் இப்பேற்றை விடுத்து, தேவருலகை ஆளும் இந்திர பதவி கிடைத்தாலும் அதனை விரும்பமாட்டேன்!

கதிரவன் குணதிசைச் சிகரம்வந் தணைந்தான்
 கனவிருள் அகன்றது காலையம் பொழுதாய்
மதுவிரிந் தொழுகின மாமலர் எல்லாம்
 வானவர் அரசர்கள் வந்து வந்து ஈண்டி
எதிர்திசை நிறைந்தனர் இவரொடும் புகுந்த
 இருங்களிற்று ஈட்டமும் பிடியொடு முரசும்
அதிர்தலின் அலைகடல் போன்றுளது எங்கும்
 அரங்கத்தா! பள்ளி எழுந்தரு ளாயே!

(குணதிசை – கிழக்கு; அம் – அழகிய; களிறு – ஆண் யானை; பிடி – பெண் யானை)

கதிரவன் கிழக்குத் திசையில் தோன்றிவிட்டான். அடர்த்தியான இருள் நீங்கியது. அழகிய காலைப் பொழுதில் மலர்ந்துள்ள பெரிய மலர்களில் எல்லாம் தேன் கசிந்து ஒழுகியது. தேவர்களும் நிலவுலகத்து அரசர்களும் கூட்டம் கூட்டமாய் திருவரங்கநகரிலே வந்து நிறைந்துள்ளனர். அவர்களுடன் வந்த ஆண்

யானைக் கூட்டங்களும், பெண் யானைகளும் பிளிறு கின்றன. முரசு அதிர்கின்றது. இவ்விடம் அலைகள் ஓசையெழுப்பும் கடல்போல பேரிரைச்சலுடன் காணப் படுகிறது. நாராயணா! திருப்பள்ளியெழுந்தருள்வாய்!

தொண்டரடிப் பொடியாழ்வார் திருவடிகளே சரணம்!

■■■

11
திருப்பாணாழ்வார்

தீர்த்தம், மூர்த்தி, தலம் ஆகியவற்றைத் தெய்வத் தன்மை வாய்ந்தவைகளாக இந்து சமயத்தவர் வழி படுவது மரபு. 'கங்கையிற் புனிதமாம் காவிரி' யாற்று நீர் சிறந்த தீர்த்தமாகக் கருதப்படுகிறது. காவிரியாற்றினால் பெரும் பேற்றினைப் பெற்று விளங்குவது சோழ வளநாடு. சோழ நாட்டின் தலைநகராக ஒரு காலத்தில் உறையூர் எனப்படும் நகரம் சிறந்து விளங்கியது.

கார்த்திகை மாதம் ரோகிணி நட்சத்திரத்தில் உறையூரில் திருமாலின் ஸ்ரீவத்சத்தின் அம்சமாகக் குழந்தை ஒன்று அவதரித்தது. இக்குழந்தை அந்தணர் ஒருவரின் கழனியில் விளைந்த நெற்பயிர்க் கதிரில் அவதரித்தது.

உறையூரில் பாணர் குலத்தில் பிறந்த ஒருவர் நெற்கதிரில் தோன்றிய இக்குழந்தையைக் கண்டெடுத்தார். மகப்பேறில்லாத இவருக்கு இக்குழந்தையைக் கண்ட அளவில் அளவில்லாத ஆனந்தம் ஏற்பட்டது. தானும், தன் முன்னோர்களும் செய்த தவத்தின் பயனாகவே இக்குழந்தை தனக்குக் கிடைத்தது என்று உள்ளங் குளிர்ந்தார். தன் வீட்டுக்குச் சென்று தன் காதல் மனையாளிடம் குழந்தையைக் கொடுத்தார். அவளும் மகிழ்வுடன் குழந்தையைத் தன் இரு கரங்களாலும் அன்புடன் வாங்கி அணைத்துக் கொண்டாள். பிள்ளைப் பேறில்லாக் குறை தீர்ந்து விட்டது என்று உள்ளங் குளிர்ந்தாள்.

தானே வந்து தம் குறை தீர்த்த இக்குழந்தைக்குப் பெற்றோர்கள் பசுவின் பால் முதலான தூய்மையான உணவினையே அளித்து வந்தனர்.

தெய்வத் திருவருளால் அவதரித்த குழந்தையாதலால், இக்குழந்தைக்கு உலக இன்பங்களில் சிறிதும் கவனம் செல்லவில்லை. தாம் வளரும் பாணர் குலத்துக்கேற்ப யாழிசைப்பதில் இக்குழந்தை தேர்ச்சி பெற்று வளர்ந்தது. வயது வளர வளர சங்கீத ஞானமும், பக்தி வைராக்யமும் வளர்ந்து கொண்டே வந்தது.

இவ்வாறு, இக்குழந்தை வளர்ந்து வருங்கால், பரந்தாமன் யார் கண்ணுக்கும் புலப்படாமல் எழுந்தருளி இக்குழந்தைக்குத் திருவிலச்சினை சாதித்து மறைந்தருளினார். இக்குழந்தையிடம் அமைந்திருந்த தெய்வீக ஆற்றலைக் கண்ட அனைவரும் வியந்தனர். 'பாணர்' என்னும் திருநாமம் இவருக்குச் சூட்டப் பட்டது.

பாணர் குலத்தவர் என்பவர் அக்காலத்தில் தாழ்ந்த இனத்தவராகக் கருதப்பட்டு வந்தனர். இக்குலத்தில் வளர்ந்து வந்தமையால், பாணர்க்கு 'தாம் தாழ்ந்த

குலத்தவர்' என்னும் உணர்வு உள்ளத்தில் இருந்து கொண்டே வந்தது.

எனவே, இவர் திருவரங்கப் பெருமான் திருக்கோயி லுக்குள் சென்று வழிபட அஞ்சினார். காவிரியின் தென்கரையில் இருந்தவாறே திருவரங்கப் பெருமான் எழுந்தருளியிருக்கும் திசை நோக்கித் தொழுதார். யாழுங் கையுமாக நின்று உள்ளமுருகப் பாடினார். பக்திப்பரவச மாகிப் பாடும் இவரது குரல் வளமும் இசை வளமும் கேட்டவர்கள் மயங்கித் தம்மையே மறந்து நின்றனர். யாழில் வல்ல கின்னரர் முதலான தேவர்களும் இவரது இசையில் மயங்கினர்.

இவ்வாறு நாள்தோறும் விடியற்காலையிலேயே எழுந்து, காவிரிக்கரையை அடைந்து இசைபாடித் திருவரங்கனை வழிபடுவது இவருக்கு வழக்கமாகி விட்டது.

வழக்கம் போலவே, ஒரு நாள் அதிகாலையில் காவிரிக் கரைசேர்ந்து இன்னிசை பாடிப் பொன்னிசூழ் அரங்கனைப் பாணர் பரவி நின்றனர். அப்போது வேதியர் ஒருவர் அங்கே வந்து சேர்ந்தார். அவர் பெயர் லோக சாரங்கர் என்பது. அவர் நாள்தோறும் அதிகாலை யில் காவிரியாற்றுக்கு வருவார். காவிரி நதியின் தீர்த்தத்தை எடுத்துச் சென்று திருவேங்கடவனுக்குத் திருமுழுக்கு செய்வார்.

வழக்கம் போலவே, அன்றும் லோக சாரங்கர் பொற் குடம் ஒன்றை ஏந்தியவராய்ப் பொன்னித் துறையை அடைந்தார். அங்கே இசைபாடி நின்றிருந்த பாணரைப் பார்த்தார். பாணர் தாழ்ந்த குலத்தவர் என்பதால், பாணரைத் தூரத்தே செல்லுமாறு லோக சாரங்கர் அருவருப்புடன் கூறினார். பாணரோ பரவசத்துடன் நின்று கொண்டிருந்தார். இதனால் வேதியர் வேண்டு கோள் பாணரின் திருச்செவியில் விழவில்லை.

சிலை போல் நின்றிருந்த பாணர் மேல் கற்கள் பலவற்றை அவ்வேதியர் எறிந்து கொண்டேயிருந்தார். ஆயினும் பாணர் அசைவற்று நின்று கொண்டிருந்தார். தம்மையே மறந்தவராய் அசைவற்று நின்று கொண்டிருந்த பாணரின் பக்கத்திலிருந்தவர்கள் அச்சமடைந்து அப்பால் சென்றனர். வேதியர் எறிந்த கற்கள் பாணருக்கு எவ்வித வேதனையையும் உண்டாக்கவில்லை. எனினும், பாணரின் இதயக் கோயிலில் எழுந்தருளி யிருக்கும் திருவரங்கப் பெருமானுக்கு வேதியர் எறிந்த கற்கள் வேதனையை உண்டாக்கின.

காவிரியாற்றின் இடைக்குறையில் எழுந்தருளி யிருக்கும் திருவரங்கப் பெருமானின் திருநெற்றியில் இரத்தம் பெருக்கெடுத்து வழிந்தது. அர்ச்சரரூபத்தில் எழுந்தருளியிருக்கும் அரங்கப் பெருமானின் நெற்றியில் ஒழுகும் இரத்தத்தைக் கண்டு கோயில் அர்ச்சகர் பதறிப் போனார். கோயிலதிகாரிகள் இச்செய்தியை ஓடோடிச் சென்று மன்னனுக்குத் தெரிவித்தனர். இதன் காரணத்தை அறியமாட்டாதவனாய் மன்னனும் மனம் வருந்தித் திருவரங்கப் பெருமானின் திருவடிகளில் வீழ்ந்து உண்மையை உணர்த்துமாறு வேண்டி நின்றான்.

பாணரின் சிறப்பைப் பாருக்குணர்த்தத் திருவரங்கப் பெருமான் திருவுள்ளங்கொண்டார். தன்னை வணங்கி நின்ற லோக சாரங்க முனிவரிடம் அசரரீயாகக் கீழ்க் கண்டவாறு திருவாய் மலர்ந்தருளினார்.

''முனிவரே! என்பால் அன்பு கொண்ட பாணரை இழி குலத்தில் பிறந்தவர் என்று எண்ணாமல், உம் தோள் மேல் அவரை ஏற்றிக் கொண்டு எம்மிடம் வருக!'' என்று அருளாணை பிறப்பித்தார்.

திருவரங்கப் பெருமானின் திருவாணையைச் சிரமேற் கொண்ட முனிவர் நேரே காவிரிக்கரை சென்றடைந்தார்.

அங்கே நின்று கொண்டிருந்த பாணரின் திருவடிகளில் அடியற்ற பனை மரம் போல வீழ்ந்து வணங்கினார். ஆண்டவனின் அருளாணையைப் பணிவுடன் எடுத்துக் கூறினார். ஆனால், பாணரோ இழி குலத்தவராகிய தாம் திருவரங்கப் பெருமான் எழுந்தருளியிருக்கும் திருநகரை மிதித்தல் பெரும் பாவம் என்று கூறி மறுத்து விட்டார்.

ஆயினும், முனிவர் அங்கிருந்து செல்ல மறுத்தார். ''பாணர் பெருமானே! தாங்கள் திருவரங்கத்தை மிதித்தல் வேண்டா! எம் தோளில் ஏறிக் கொள்க! உம்மைத் திருவரங்கன் முன்னே கொண்டு நிறுத்துகிறேன். இது இறைவன் கட்டளை!'' எனக் கூறித் தம் தோள் மேல் ஏறிக் கொள்ளுமாறு வேண்டினார்.

திருவரங்கத்தைத் தம் கால்கள் தீண்டுதலைவிட முனிவர் தோள்களில் தாம் ஏறி அமர்தல் மாபெரும் பாவம் என்று கூறி பாணர் மறுத்து நின்றார். இறைவனின் அருள் திறத்தை எண்ணித் தன் வசமிழந்தவராய் செயலற்று நின்றார். தன் வசமிழந்து நின்ற பாணரை முனிவர் பெருமான் தம் தோள் மேல் ஏற்றிக் கொண்டு திருவரங்கப் பெருமான் திருமுன்பு இறக்கி விட்டார்.

திருவரங்கனின் திருமுன்பு நின்றதும் பாணர்க்குச் சுயநினைவு வந்தது. அரங்கப் பெருமானின் அழகு வடிவத்தில் தம் உள்ளத்தைப் பறிகொடுத்தார்.

'அமலனாதிபிரான்' எனத் தொடங்கும் திவ்யப் பிரபந்தத்தைப் பாடிப் பரவி நின்றார். அரங்கனைக் கண்ட கண்கள் மற்றொன்றினைக் காணா என்று பாடி மனவுறுதியுடனும் மகிழ்வுடனும் வணங்கி நின்றார்.

அப்போது அனைவரும் காணுமாறு பாணர் அரங்கநாதப் பெருமானின் திருவடிகளின் அருகே சென்று நின்றார். நின்றளவில் பாணர் அருட்சோதி வடிவானார்.

இவ்வதிசயத்தைக் கண்டோர் அரங்கப் பெருமானின் அருளுக்குப் பாத்திரமாகும் பேறு பெற்றனர். பாணரும் பேரின்பம் பெற்றார். தம்மைச் சார்ந்தோரையும் பேரின்பத்துக்கு ஆளாக்கினார். பாணரின் பெருவாழ்வு நமக்கெல்லாம் நல்லதோர் பாடமாகும்.

பாணர் திருப்பாடல்கள் 'அமலனாதிபிரான்' எனும் பெயருடன் திவ்யப்ரபந்தமாகப் பக்தியுடன் ஓதப்பட்டு வருகின்றன. இப்பிரபந்தம் பத்துப் பாடல்களைக் கொண்டது. எண்ணிக்கையில் குறைவாக இருப்பினும் புண்ணியத்தை அளிக்கவல்லவை இவர் பாடல்கள்! பாணரின் பாடல்களைப் பாடிப் பரந்தாமனைப் பரவிடுவோம்!

அமலன் ஆதிபிரான் அடியார்க் கென்னை
ஆட்படுத்த
விமலன் விண்ணவர் கோன்விரை யார்பொழில்
வேங்கடவன்
நிமலன் நின்மலன் நீதிவானவன் நீள்மதி ளரங்கத்
தம்மான் திருக்
கமல பாதம்வந் தென்கண்ணி னுள்ளன
வொக்கின்றதே! 1

(விரை – மணம்)

ஆணவம், கன்மம், மாயை என்னும் மும்மலமும் தன்னை நெருங்க வொட்டாதவன்; முழுமுதல் தெய்வ மானவன்; தன் அடியவர்களுக்கு என்னை அடையாளங் காட்டியவன்; மாசு அற்றவன்; தேவர்களின் தலைவன்; மணம் வீசும் சோலைகள் நிறைந்த திருவேங்கடமலை யில் உறைபவன்; நீண்ட மதில்கள் சூழ்ந்த திருவரங்கத் தில் எழுந்தருளியுள்ள அவனுடைய தாமரை மலரைப் போன்ற திருவடிகளே என் கண்களில் நிறைந்துவிட்டன.

மந்திபாய் வடவேங்கட மாமலை, வானவர்கள்
சந்திசெய்ய நின்றான், அரங்கத்தரவின் அணையான்
அந்திபோல்நிறத் தாடையும் அதன்மேலயனைப்
 படைத்தோர் எழில்
உந்திமேலதன்றோ அடியேனுள்ளத்தின்னுயிரே! 2

(மந்தி - பெண் குரங்கு; அரவு - பாம்பு; அந்தி - மாலை; அயன் - நான்முகன்; உந்தி - தொப்புள்)

பெண் குரங்குகள் மரம் விட்டு மரம் தாவும் சோலைகள் சூழ்ந்த வடவேங்கட மலையில், தேவர்கள் தொழுது வணங்கும் வண்ணம் எழுந்தருளியிருப்பவனும், திருவரங்கத்தில் ஆதிசேடனின் மீது பள்ளி கொண்டு இருப்பவனுமாகிய திருமாலின், மஞ்சள் நிறமான மாலைப் பொழுதைப் போல் பளபளக்கும் பொன்னாடையிலும், நான்முகனைப் படைத்த தொப்புள் சுழியின் அழகிலும் என் உள்ளத்தையும் உயிரையும் பறிகொடுத்தேன்!

பாரமாய பழவினை பற்றறுத்து, என்னைத்தன்
வாரமாக்கி வைத்தான், வைத்ததன்றி யென்னுள்
 புகுந்தான்
கோரமாதவம் செய்தனன்கொல் அறியேன்,
 அரங்கத்தம்மான், திரு
வாரமார்பதன்றோ அடியேனை ஆட்கொண்டதே. 3

(பாரம் - சுமை; ஆரம் - கழுத்து மணி)

மாதவன், முன்வினைப் பயனாகிய பெருஞ்சுமையையும், பற்றையும் அகற்றி, என்னைத் தன் அடியவர்களில் ஒருவனாக ஆக்கி வைத்தான். அத்துடன் நில்லாமல், என் நெஞ்சில் புகுந்து கொண்டு விட்டான். நான் செய்த தவம்தான் என்ன? திருவரங்கப் பெருமானின், பொன்னாரங்கள் அணிந்த மார்பின் அழகு என்னை அடிமை கொண்டுவிட்டதே!

பன்னிரு ஆழ்வார்களின் திவ்விய வரலாறு

ஆலமா மரத்தினிலைமேல் ஒரு பாலகனாய்
ஞாலமேழு முண்டான், அரங்கத் தரவினணையான்
கோலமா மணியாரமும் முத்துத்தாமமும்
 முடிவில்லதோர் எழில்
நீலமேனி ஐயோ! நிறைகொண்டதென்
 நெஞ்சினையே! 4

(பாலகன் – குழந்தை; ஞாலம் – உலகம்; தாமம் – மாலை)

சிறு குழந்தையாய் ஆல இலையில் பள்ளி கொண்ட வனும், ஏழு உலகங்களையும் தன் சிறு வாயினுள் அடக்கியவனுமாகிய திருவரங்கப் பெருமானின் மார்பில் இலங்கும் அழகிய மாணிக்கத்தால் ஆன ஆரங்களும், முத்து மாலையும், அழிவு இல்லாத அழகுடைய நீல மேனியும் ஐயோ! என் நெஞ்சைக் கொள்ளை கொண்டு விட்டனவே!

கொண்டல் வண்ணனைக் கோவலனாய்
 வெண்ணெய்
உண்ட வாயனை, என்னுள்ளம் கவர்ந்தானை
அண்டர்கோன் அணியரங்கன் என்னமுதினைக்
கண்டகண்கள் மற்றொன்றினைக் காணாவே. 5

(கொண்டல் – மேகம்; அண்டர் – தேவர்கள்)

கார்மேகம் போன்ற கரிய நிறத்தானை, வெண் ணெய்யை விரும்பி உண்ட கண்ணனை, என் மனம் கவர்ந்தவனை, தேவர்களின் அரசனை, திருவரங்கப் பெருமானை, அமுதம் போன்றவனைக் கண்ட என் கண்கள், இனி வேறொன்றையும் காணா.

திருப்பாணாழ்வார் திருவடிகளே சரணம்!

12

திருமங்கையாழ்வார்

வாழ வைக்கும் வளப்பமுடைய நாடு சோழ வள நாடு. இந்நாட்டில் சிறப்புடன் விளங்கும் நகரங்களுள் திருமங்கை என்பதும் ஒன்று. இது ஒரு காலத்தில் சிறு நாடாகவே விளங்கி வந்திருக்கிறது. திருமங்கை நாட்டில் திருவாலி திருநகரி என்றொரு சிறந்த திருத்தலம் உள்ளது. இத் திருத்தலத்துக்கு அருகில் திருக்குறையலூர் என்றொரு ஊர் உள்ளது. இவ்வூரில் கள்ளர் என்றொரு இனத்தவர் வாழ்ந்து வந்தனர். இக்கள்ளர் குலத்தவருள் ஒருவன் சோழ மன்னனுக்கு சேனைத் தலைவனாகப் பதவி வகித்து வந்தான்.

இந்த சேனைத் தலைவனுக்குத் திருமாலின் திருவருளால் ஆண் மகவு ஒன்று அவதரித்தது. கார்த்திகை மாதம் கார்த்திகை நட்சத்திரத்தில் அவதரித்த இம்மகவு நீல நிறமுடையதாக இருந்தது. எனவே, நீலன் என்னும் திருநாமம் இம்மகவுக்குச் சூட்டப்பட்டது.

நீலன் குழந்தைப் பருவத்திலிருந்தே நல்ல வலிவுடனும் பொலிவுடனும் விளங்கி வந்தான். தன் குடும்ப மரபுக்கேற்பவே வில், வேல் முதலானவற்றைப் பயன்படுத்தும் பயிற்சியில் சிறந்த தேர்ச்சி பெற்றான். நீலனின் ஆயுதப் பயிற்சியை அறிந்த சோழ மன்னன் நீலனுக்கு சேனைத் தலைமைப் பதவியை அளித்துச் சிறப்பித்தான். மன்னனுக்குப் பகைவரால் தொல்லை வரும்போதெல்லாம் நீலன் தன் படையை நடத்திச் செல்வான். பகைவர்களுக்குக் காலனைப் போல் விளங்கி அவர்களைப் போரில் வெல்வான். பகைவர்கட்குக் காலன் போன்று விளங்கியதால், நீலனுக்குப் 'பரகாலன்' என்னும் திருப்பெயர் விளங்கலாயிற்று.

பரகாலன் பெருவலியைக் கண்டு வியந்த மன்னன் அவனைத் திருமங்கை நாட்டுக்கு மன்னனாக்கினான். எனவே, பரகாலனுக்குத் 'திருமங்கை மன்னன்' என்னும் பட்டப் பெயர் வழங்கலாயிற்று.

பலரும் மெச்சும் வகையில் திருமங்கை மன்னன் அரசாட்சி செய்தான். இதனால் இவன் பெயரும் புகழும் நாள்தோறும் பரவலாயிற்று. திருமங்கை மன்னனுக்கு இசையிலும் நாடகத்திலும் நாட்டம் மிகுதியாக இருந்து வந்தது. அழகு மங்கையரின் ஆடல் பாடல்களைச் சுவைப்பதில் மன்னன் தன் காலத்தைக் கழித்து வந்தான்.

திருமங்கை நாட்டில் திருவெள்ளக்குளம் என்றொரு திருப்பதி உண்டு. அப்பதியில் தாமரைப் பொய்கை ஒன்று இருந்தது. அப்பொய்கையில் நீராட வந்த வானுலக மங்கை ஒருத்தி மானிட வடிவில் காட்சி யளித்தாள். அம்மங்கை பொய்கையில் மலர்ந்திருந்த குமுத மலர் ஒன்றினைப் பறித்து அதனைக் கையில் வைத்திருந்தாள். அப்போது அங்கே வைணவ சமயத்தைச் சார்ந்த மருத்தவன் என்பான் வந்து சேர்ந்தான். குமுத மலரைத் தாங்கி நின்ற வானுலக மங்கை யைக்

குமுதவல்லி எனப் பெயரிட்டு அழைத்தான். வீட்டிற்கு வருமாறு குமுதவல்லியை அன்புடன் அழைத்தான். அவன் வேண்டுகோளுக்கிணங்கி அவளும் அவனுடன் சென்றாள். அவன் வீட்டிலேயே அவள் வளர்ந்து வந்தாள்.

குமுதவல்லிக்கு மணப்பருவம் வந்துற்றது. குமுத வல்லியின் பேரழகைத் தன் ஒற்றர்கள் மூலம் திருமங்கை மன்னன் கேட்டறிந்தான். அவளைத் திருமணம் புரிந்து கொள்ள வேண்டும் என்ற ஆசை அவனுக்கு மேலிட்டது. எனவே, உயர்ந்த பரிசுப் பொருள்களுடன் சென்று மருத்துவனிடம் பெண் கேட்டான்.

குமுதவல்லியோ, ''திருமண் காப்புத் தரித்துத் திருவிலச்சினையுடன் விளங்கும் வைணவத் திலகரை யன்றி மற்றவர்க்கு வாழ்க்கைத் துணையாக மாட்டேன்!'' என்று உறுதிபடக் கூறிவிட்டாள்.

மன்னனும் அவ்வாறே வைணவராக விளங்குதற் பொருட்டுத் திருநாறையூர் சென்றான். அங்கு எழுந்தருளி யிருக்கும் நம்பி என்னும் பெருமாளை வணங்கி நின்றான். அப்பெருமானிடம் திருவிலச்சினை பெற்றுப் பன்னிரண்டு திருமண் காப்புகளும் சாத்திக் கொண்டு குமுதவல்லியிடம் வந்து சேர்ந்தான்.

ஆயினும், குமுதவல்லி வேறொரு நிபந்தனையை விதித்தாள். நாள்தோறும் ஆயிரத்தெட்டு வைணவர் களுக்கு அமுது படைக்க வேண்டும் என்றும், அவர் களுடைய பாததீர்த்தத்தை நாள்தோறும் பருகிவர வேண்டும் என்றும் இவ்வாறு ஓராண்டு செய்து வந்தால், பிறகே தான் திருமணம் செய்து கொள்ள முடியும் என்றும் கூறிவிட்டாள். குமுதவல்லியின் நிபந்தனையை நிறை வேற்றுவதாக மன்னன் சத்தியம் செய்து கொடுத்தான். எனவே, குமுதவல்லிக்கும் திருமங்கை மன்னனுக்கும் திருமணம் சிறப்பாக நடைபெற்றது.

பண்ணிரு ஆழ்வார்களின் திவ்விய வரலாறு ∎ 109

குமுதவல்லிக்கு வாக்களித்தபடியே திருமங்கை மன்னன் நாள்தோறும் வைணவ அடியார்கட்கு அன்னம் பாலித்து வந்தான். இதனால் சோழ மன்னனுக்குச் செலுத்த வேண்டிய பகுதிப் பணத்தைச் செலுத்த முடியாத நிலை திருமங்கை மன்னனுக்கு ஏற்பட்டது. திறைப்பணம் வந்து சேராததால் சோழ மன்னன் தன் ஏவலரைத் திருமங்கை மன்னனிடம் அனுப்பி வைத்தான். திறைப்பணம் செலுத்த முடியாத நிலையி லிருந்த திருமங்கை மன்னன் 'இன்று தருகிறேன்! நாளை தருகிறேன்!' என்று தவணை சொல்லிக் காலம் தாழ்த்தி வந்தான்.

இன்று! நாளை! என்று காலம் தாழ்த்தி வரும் மன்னனை சோழ மன்னனது ஏவலர்கள் நிர்ப்பந்தப் படுத்தினர். இதனால் கோபமடைந்த திருமங்கை மன்னன் அவர்களை விரட்டியடித்தான். ஏவலர்கள் வெறுங்கையுடன் திரும்பி வந்ததையறிந்த சோழ மன்னன் தன் சேனைத் தலைவனை அனுப்பிப் பரகாலனைப் பிடித்து வருமாறு ஆணையும் பிறப்பித்தான்.

சேனைத்தலைவன் திருமங்கை மன்னனைப் பிடித்து வரச் சென்றான். இதையறிந்த பரகாலன் சேனைத் தலைவனை எதிர்த்துப் போர் செய்தான். பரகாலனின் முன்நிற்க மாட்டாதவனாய்ச் சேனைத் தலைவன் புறமுதுகு காட்டி ஓடிவிட்டான்.

சேனைத் தலைவன் தோல்வியடைந்து வந்ததால் மன்னனே போருக்குப் புறப்பட்டான். இரு படைகளும் கடுமையாகப் போரிட்டன. தன்னை மன்னனாக்கிய சோழ மன்னனைக் கொல்லத் திருமங்கை மன்னனுக்கு மனம் வரவில்லை. எனவே, சிறிது நேரம் போரை நிறுத்தினான். திருமங்கையின் போர்த் திறத்தைக் கண்டு சோழன் வியப்படைந்தான். சிறிது காலங் கழித்தாவது

கப்பப் பொருளைக் கொடுத்தனுப்புமாறு கூறிவிட்டு மன்னன் திரும்பிவிட்டான். தன் அமைச்சர் ஒருவனைத் திருமங்கையிடம் விட்டு விட்டுச் சென்றான்.

சோழ அமைச்சன் சிறிது காலம் காத்திருந்தான். கப்பப் பணம் வந்தபாடில்லை. எனவே, திருமங்கை மன்னனைச் சிறையிலிட்டான். திருமங்கை மன்னன் மூன்று நாள்களாகக் கோயில் ஒன்றினுள் சிறையில் இருந்தான். இதனையுணர்ந்த கச்சிநகர்ப் பேரருளாளப் பெருமாள் திருமங்கையின் கனவில் தோன்றியருளினார். காஞ்சிக்கு வந்தால் வேண்டுமளவு பொருள் தருவதாகக் கூறி மறைந்தார்.

பெருமாளின் திருவாக்கினைக் கேட்ட திருமங்கை மறுநாளே காஞ்சிக்குப் புறப்பட்டான். சோழ அமைச்சரையும் தன்னுடன் அழைத்துச் சென்றான். கச்சியை அடைந்த மன்னன் பொருள் தேடி அலைந்தான். அருளாளப் பெருமாள் அவன் கனவில் மீண்டும் எழுந்தருளினார். பொருளிருக்குமிடத்தை உணர்த்தி மறைந்தார். கச்சிப் பெருமாள் குறிப்பிட்ட இடத்திற்கு திருமங்கை சென்று பார்த்தான். அங்கே பெருஞ்செல்வம் இருந்தது. சோழனுக்குச் செலுத்த வேண்டிய கப்பப் பொருளைச் சோழ அமைச்சனிடம் கொடுத்தனுப்பினான். மிகுதிப் பொருளை அடியார்க்கு அன்னம் பாலிப்பதற்காக வைத்துக் கொண்டான்.

அமைச்சன் கொண்டு வந்த பொருளைப் பெற்றுக் கொண்ட சோழ மன்னன் நடந்த செய்திகளைக் கேட்டறிந்தான். தன் அமைச்சன் திருமங்கையைச் சிறை வைத்த பாவத்தைப் போக்கிக் கொள்ளும் பொருட்டு அப்பொருள் முழுவதையும் திருமாலடியார்கட்குத் தானமாகக் கொடுத்துத் தன்னைத் தூய்மைப்படுத்திக் கொண்டான்.

அடியார்கட்கு அன்னம் பாலிப்பதிலேயே திருமங்கை மன்னனின் செல்வமெல்லாம் செலவாகிவிட்டது. எனவே, வழிப்பறி செய்தாகிலும் பொருளைத் திரட்டி அடியார்கட்கு உபசாரம் செய்ய விரும்பினான். தனக் குற்ற துணைவராகச் சிலரைச் சேர்த்துக் கொண்டு அங்கங்கே சென்று வழிப்பறி செய்தான். வழிப்பறி செய்ததால் கிடைத்த பொருள்களைக் கொண்டு வைணவ அடியார்களை வழக்கம் போலவே உபசரித்தான்.

களவு செய்து அடியார்கட்கு உதவி செய்யும் திருமங்கை மன்னனுக்கு அருள் செய்யத் திருமால் திருவுள்ளங் கொண்டார். எனவே, தான் ஒரு அந்தணராக வடிவங்கொண்டு இலக்குமிப் பிராட்டியுடன் புதுமணத் தம்பதியர் போலப் புறப்பட்டார். வழிப்பறி செய்வதற் காகத் தங்கியிருக்கும் திருமங்கை மன்னன் இருக்குமிடம் நோக்கிச் செல்லலானார்.

மணக்கோலத்தோடு வருபவர்களை திருமங்கை மன்னன் பார்த்து விட்டான். நல்ல வேட்டை கிடைத்த தென்று உள்ளம் மகிழ்ந்தான். பலவகை ஆயுதங்களுடன் சென்று அவர்களை மடக்கினான். அணிகலன்கள் அனைத்தையும் பறித்துக் கொண்டான். ஆனால், மணக் கோலத்திலிருக்கும் திருமாலின் திருவடியில் அணிந்தி ருக்கும் கால் மோதிரம் ஒன்றை மட்டும் கழற்ற முடிய வில்லை. எனவே, தன் பற்களால் கடித்து அதனையும் வலிதில் கழற்றிக் கொண்டான்.

தான் கவர்ந்த அணிகலன்கள் அனைத்தையும் பெரியதொரு மூட்டையாகக் கட்டினான். கட்டிய மூட்டையைத் தூக்க முயன்றான், முடியவில்லை. அது மலைபோல் அசையாமல் கிடந்தது.

தன்னால் மூட்டையைத் தூக்க முடியாததைக் கண்டு திருமங்கை வியப்படைந்தான். மணக்கோலத்திலிருந்த

பெருமாளை நோக்கி, "நீ செய்த மந்திரம்தான் யாது? மூட்டையைத் தூக்க முடியாமல் செய்யும் அம் மந்திரத்தை உடனே கூறு!" என்று வாளைக் காட்டி அச்சுறுத்தினான்.

அப்போது திருமங்கையைத் தன்னருகே வருமாறு திருமால் சைகை செய்தார். திருவஷ்டாக்ஷர மகாமந்திர மான நாராயண மந்திரத்தை உபதேசித்தார். பின் கருட வாகனத்துடனும் காட்சி தந்து மறைந்தருளினார்.

திருமாலைத் தரிசிக்கப் பெற்ற திருமங்கை மன்னனின் அறியாமை தானே நீங்கியது. ஞான உணர்வு மிகுந்தது. ஆசுகவி, மதுரகவி, சித்திரகவி, வித்தாரகவி எனப்படும் நால்வகைக் கவிகளையும் பாடும் ஆற்றல் தானே வந்தது. திருமாலின் திருவருளில் ஆழ்ந்து விட்டார் திருமங்கை மன்னர்! மன்னன் ஆழ்வாரானார்!

'வாடினேன் வாடி' எனத் தொடங்கும் திவ்யப் பிரபந்தத்தைப் பாடத் தொடங்கி விட்டார். நாராயண நாமத்தின் மகிமைகளையெல்லாம் விளக்கும் வகையில் இவர் பாடல்கள் அமைந்தன. பின்னர், அங்கிருந்தும் புறப்பட்டு, திருமால் எழுந்தருளியிருக்கும் திருத் தலங்களை நோக்கிச் செல்லலானார்.

திருவேங்கடம் முதலான திருப்பதிகள் பலவற்றுக்குச் சென்றார். திருமாலைத் தரிசித்துப் பேரானந்தம் கொண்டார். இவ்வாறு தலயாத்திரை செய்து வருங்கால், ஒரு சமயம் சீர்காழி என்னும் திருத்தலத்தைச் சென்ற டைந்தார். அங்கே திருஞான சம்பந்தர் எனப்படும் சைவ சமயக் குரவர் எழுந்தருளியிருந்தார். திருமங்கையாழ் வாரின் திருப்பாடல்களைக் கேட்டுப் பரவசமடைந்த திருஞான சம்பந்தர் திருமங்கையாழ்வாரைப் பெரிதும் பாராட்டினார்.

அங்கிருந்து புறப்பட்டுத் திருவரங்கம் வந்து சேர்ந்தார். திருவரங்கப் பெருமான் திருக்கோயிலுக்கு விமானம்,

மண்டபம், கோபுரம், பிரகாரம் முதலான திருப்பணிகளைச் செய்து முடித்தார்.

பின்னர் அங்கிருந்தும் புறப்பட்டுத் திருமாலிருஞ் சோலை முதலான பதிகள் சென்று திருமாலின் திருவருளில் தோய்ந்து, உள்ளமுருகிப் பாடிப் பாடிப் பக்தியில் ஆழ்ந்து நின்றார்.

திருமங்கையாழ்வார் பாடிய பிரபந்தங்கள் பெரிய திருமொழி, திருக்குறுந் தாண்டகம், திருநெடுந் தாண்டகம், திருவெழுகூற்றிருக்கை, சிறிய திருமடல், பெரிய திருமடல் என்பன. இவர் பாடிய திருப்பாடல்கள் மொத்தம் 1137.

திருமங்கையாழ்வார் இவ்வுலக இன்பங்களை வெறுத்தார். இறைவனைப் பற்றினார். எனவே, இவர்க்குப் பரமபதம் எளிதில் தானே வந்து கிட்டியது. திருமங்கையாழ்வாரின் தித்திக்கும் திருப்பாடல்களைப் பாடித் திருமாலின் திருவருளைப் பெறுவோமாக!

> குலந்தரும் செல்வம் தந்திடும் அடியார்
> படுதுய ராயின வெல்லாம்
> நிலந்தரஞ் செய்யும் நீள்விசும் பருளும்
> அருளொடு பெருநில மளிக்கும்
> வலந்தரும் மற்றும் தந்திடும் பெற்ற
> தாயினும் ஆயின செய்யும்
> நலம் தரும் சொல்லை நான்கண்டு கொண்டேன்
> நாராயணா வென்னும் நாமம்   1

(விசும்பு – வானம்; வலம் – வலிமை)

நற்குடிப் பிறப்பைத் தரும்; பொருட்செல்வத்தைச் சேர்க்கும்; திருமால் அடியவர்களின் துயரங்களை எல்லாம் மண்ணோடு மண்ணாக்கும்; எல்லையில்லாத வான்பரப்பையும், நிலவுலகையும், திருவருளையும்

சொந்தமாக்கும்; வலிமையைத் தரும்; மற்ற செல்வங்கள் அனைத்தையும் ஈந்திடும். பெற்ற அன்னையைக் காட்டிலும் தேவையறிந்து ஆவன செய்யும்; அனைத்து நலங்களையும் அளிக்கும் 'நாராயணா' என்னும் அம்மந்திரத்தை நான் அறிந்து கொண்டுவிட்டேன்.

வாடினேன் வாடி வருந்தினேன் மனத்தால்
   பெருந்துயர் இடும்பையிற் பிறந்து
கூடினேன் கூடி இளையவர் தம்மொடு
   அவர்தரும் கலவியே கருதி
ஓடினேன் ஓடி உய்வதோர் பொருளால்
   உணர்வெனும் பெரும்பதம் தெரிந்து
நாடினேன் நாடி நான்கண்டு கொண்டேன்
   நாராயணா வென்னு நாமம்.   2

(இடும்பை - துன்பம்)

மெல்லிய மகளிரோடு புணர்ச்சி மேற்கொண்டு, அவர்கள் தரும் கலவியின்பமே பெரிதெனக் கருதி கூடியிருந்தேன். அதனால், துன்பத்துக்கும் துயரத்துக்கும் ஆளாகி வாடினேன்; மனம் வருந்தினேன். 'கடைத் தேற்றும் வழி யாது?' என உணர்ந்து அதைத் தேடி ஓடினேன்; உன்னை நாடினேன். நாராயண மந்திரத்தை அறிந்து கொண்டதால், உய்யும் வழியை நான் கண்டு கொண்டுவிட்டேன்.

ஒரு குறளாய் இருநில மூவடிமண் வேண்டி
   உலகனைத்தும் ஓரடியால் ஒடுக்கி, ஒன்றும்
தருகவென மாவலியைச் சிறையில் வைத்த
   தாடாளன் தாளணைவீர் தக்க கீர்த்தி
அருமறையின் திரள்நான்கும் வேள்வி ஐந்தும்
   அங்கங்கள் அவையாறும் இசைகள் ஏழும்
தெருவில் மலி விழவளமும் சிறக்கும் காழிச்
   சீராம விண்ணகரே சேர்மின் நீரே.   3

'விண்ணகரம்' எனப் பெயர்பெறும் சீர்காழியிலே, நாள்தோறும் நால்வகை வேதங்களும் ஓதப்படுகின்றன. அவற்றின் ஆறு அங்கங்களும் விளக்கப்படுகின்றன. ஐவகை வேள்விகள் வளர்க்கப்படுகின்றன. ஏழிசை யாலும் இறைவனது புகழ் பாடப்படுகிறது. தெருக்கள் தினந்தோறும் விழாக்கோலம் பூணுகின்றன. இத்தகைய சீர்காழியில் எழுந்தருளியுள்ள எம்பெருமான், வாமனாவதாரத்தில், சிறுவன் வடிவெடுத்து மூன்றடி மண்ணை வேண்டி, பின் நெடியோனாக உயர்ந்து நின்று, ஓரடியால் பூமியையும் ஓரடியால் ஆகாயத்தையும் அளந்து, பின் மூன்றாவது அடியை மகாபலிச் சக்கர வர்த்தியின் தலையில் வைத்தருளியவர். அருளாளனாகிய அவனது திருப்பாதங்களைச் சேர்வீர்!

எம்பிரான் எந்தை என்னுடைச் சுற்றம்
எனக்கரசு என்னுடை வாணாள்
அம்பினால் அரக்கர் வெருக்கொள நெருக்கி
அவருயிர் செகுத்த எம் அண்ணல்
வம்புலாம் சோலை மாமதிள் தஞ்சை
மாமணிக் கோயிலே வணங்கி
நம்பிகாள்! உய்ய நான் கண்டு கொண்டேன்
நாராயணா வென்னு நாமம் 4

(எந்தை – என் தந்தை; சுற்றம் – உறவினர்; செகுத்த– பறித்த; மதிள் – மதில்)

இராவணன் முதலான அரக்கர் குலம் அஞ்சுமாறு அவர்களுடன் போரிட்டு, அம்பினை எய்து, அவரது உயிரைப் பறித்து நற்கதி அடையச் செய்த இராமா! நீயே என் இறைவன்; என் தந்தை; என் உறவினன்; என் அரசன்; என் வாழ்வும் நீயே! மலர்கள் நிறைந்த சோலை களையும், உயர்ந்த மதில்களையும் உடைய தஞ்சை மாமணிக் கோயிலின் கண் உறையும் திருமாலை வணங்கி,

இளையவர்களே! உய்யும் வழியை நான் கண்டு கொண்டேன்.

ஏழை ஏதலன் கீழ்மகன் என்னாது
இரங்கி மற்றவர்க்கு இன்னருள் சுரந்து
மாழை மான்மட நோக்கி யுன்தோழி
எம்பி உம்பி என் றொழிந்திலை யுகந்து
தோழன் நீயெனக்கு இங்கு ஒழியெனும் சொற்கள்
வந்தடியேன் மனத்து இருந்திட
ஆழிவண்ண! நின் அடியிணை யடைந்தேன்
அணிபொழில் திரு அரங்கத்தம்மானே! 5

(எம்பி – என் தம்பி; உம்பி – உன் தம்பி; ஆழி – கடல்)

இராமா! கங்கையாற்றில் படகு ஓட்டி வாழ்ந்த குகனை நீ 'இவன் ஏழை, ஏதுமில்லாதவன், தாழ்ந்த குலத்தில் பிறந்தவன்' என்று கருதாமல், அவன்பால் இரக்கம் கொண்டாய். அவனைக் கருணையுடன் நோக்கி'மான் போன்ற விழிகளையுடைய இந்த சீதை உன் தோழியாவாள். என் தம்பியாகிய இலக்குமணன் உன் தம்பி'' என்று உரைத்ததுடன் நீ நிற்கவில்லை. அவன்பால் பேரன்பு கொண்டு 'நீ என் தோழனாக இங்கு இரு' என்று சொல்லியருளிய சொற்கள் என் நெஞ்சில் ஆழப்பதிந்துவிட்டன. சோலைகள் நிறைந்த திருவரங்க நகரில் உறையும் பெருமானே! கடல்போன்ற கரிய நிறமுடையவனே! உன் திருவடிகளைத் தொழுகிறேன். என்னை ஏற்றுக் கொள்வாயாக!

திருமங்கையாழ்வார் திருவடிகளே சரணம்!

■■■

நாலாயிரத் திவ்யப் பிரபந்தங்களின் விவரம் :

வ எண்.	ஆழ்வார்கள் பெயர்கள்	பாடியருளியவை	பாசுரங்கள் எண்ணிக்கை
1.	பொய்கையாழ்வார்	1. முதல் திருவந்தாதி	100
2.	பூதத்தாழ்வார்	2. இரண்டாம் திருவந்தாதி	100
3.	பேயாழ்வார்	3. மூன்றாம் திருவந்தாதி	100
4.	திருமழிசையாழ்வார்	4. திருச்சந்த விருத்தம்	120
5.	நான்முகன் திருவந்தாதி		96
		5. மதுரகவியாழ்வார்	
		6. கண்ணிநுண் திருவந்தாதி	11
6.	நம்மாழ்வார்	7. திருவிருத்தம்	100
		8. திருவாசிரியம்	7
		9. பெரிய திருவந்தாதி	87
7.	குலசேகராழ்வார்	10. திருவாய்மொழி	1102
8.	பெரியாழ்வா	11. பெருமாள் திருமொழி	105
		12. திருப்பல்லாண்டு	12
9.	ஆண்டாள்	13. திருமொழி	461
		14. திருப்பாவை	30
		15. நாச்சியார் திருமொழி	143
10.	தொண்டரடிப் பொடியாழ்வார்	16. திருமாலை	45

		17. திருப்பள்ளியெழுச்சி	10
11.	திருப்பாணாழ்வார்	18. அமலனாதிபிரான்	10
12.	திருமங்கையாழ்வார்	19. பெரிய திருமொழி	1084
		20. திருக்குறுந்தாண்டகம்	20
		21. பெரிய திருமடல்	1
		22. சிறிய திருமடல்	1
		23. திருவெழு கூற்றிருக்கை	1

மொத்தம் 3776

நாலாயிரத் திவ்ய பிரபந்தம் என்னும் பெயருக்கேற்பச் சிலர் கீழ்க்காணுமாறும் கணக்கிடுவர் :

முதலாயிரம்	:	974 பாசுரங்கள்
பெரிய திருமொழி	:	1134 பாசுரங்கள்
இயற்பா	:	817 பாசுரங்கள்
திருவாய்மொழி	:	1102 பாசுரங்கள்
ஆக		4000 பாசுரங்கள்

நிறைந்தது!

■■■

வாழ்க்கை உயர்த்தும் தீப வழிபாடு
பிரார்த்தனை நூல்கள்

• திருப்பாவை திருவெம்பாவை பாடல்களின் தொகுப்பு!		20.00
• நவக்கிரக பரிகார ஸ்தலம்: திருக்குவளை		15.00
• ஸ்ரீ லலிதா ஸஹஸ்ரநாமம்		20.00
• ஸ்ரீ கந்த சஷ்டி கவசம் ஸ்ரீசண்முக கவசம் மற்றும் முருகன் பிரார்த்தனைப் பாடல்கள்! (பையில் வைத்து படிக்கும் அளவு)		15.00
• இன்னல்கள் நீக்கும் கோளறு திருப்பதிகம்	,,	10.00
• ஸ்ரீ விஷ்ணு ஸஹஸ்ரநாம ஸ்தோத்ரம்	,,	15.00
• பிரார்த்தனைக் களஞ்சியம் (10 முக்கிய பாடல்கள்)		20.00
• பெருவாசகம்	மல்லிகா அன்பழகன்	40.00
• சிவனமுது	,,	40.00
• 64 காயத்ரீ மந்திரங்களும், துர்கா சப்தசதீ மந்திரங்களும் (HB)	எஸ்.எஸ். ராகவாச்சார்யார்	100.00
• அல்லல் போக்கும் அருட்பதிகங்கள் (HB) (திருமுறைகள்)		80.00
• தினசரி பிரார்த்தனை மந்திரங்கள் (HB) தமிழ்/ சமஸ்கிருதம்	நாகர்கோவில் கிருஷ்ணன்	80.00
• திருவிளக்கு பூஜை	எஸ்.எஸ். ராகவாச்சாரியார்	60.00
• வாழ்வில் வளம்பெற தமிழ் மந்திர அர்ச்சனை பூக்கள்	உமா மகேஸ்வரி	110.00
• ஆலய அர்ச்சனை– ஆகமங்களின் வழியில் விதிமுறைகள் (DC, HB)	சிவராம கிருஷ்ண சர்மா	600.00
• ஸ்ரீ ருத்ராக்ஷ ஜபமாலிகா: முறையும் பயன்களும்	பால சர்மா	90.00
• புத்தி– பலம்– புகழ்– துணிவு அருளும் ஸ்ரீ ஹனுமத் பூஜா விதானம்	எஸ்.எஸ். ராகவாச்சாரியார்	120.00
• துளசி பூஜா விதிகளும் அர்ச்சனையும்	,,	60.00
• சபரிமலை சாஸ்தா– வரலாறும், பஜன் பாடல்களும்	ஸ்ரீ தேவநாத ஸ்வாமிகள்	110.00

□ □ □

மஹாபாரதம்

18 அத்தியாயங்களும் - முழுவதும் எளிய தமிழில்!
'ஐந்தாவது வேதம்' என்றழைக்கப்படும் உயர் இதிகாசம்!

விளக்கவுரை ஆசிரியர் :
வித்வான் டாக்டர் துரை. இராஜாராம்

1. ஆதி பருவம்   2. சபா பருவம்   3. ஆரணியப் பருவம்
4. விராட பருவம்   5. உத்தியோகப் பருவம்   6. பீஷ்ம பருவம்
7. துரோண பருவம்   8. கர்ண பருவம்   9. சல்லிய பருவம்
10. சௌப்திக பருவம்   11. ஸ்த்ரீ பருவம்   12. சாந்தி பருவம்
13. அனுசாசனிக பருவம்   14. அசுவமேத பருவம்
15. ஆசிரமவாச பருவம்   16. மௌசல பருவம்
17. மகாபிரத்தானிக பருவம்   18. சொர்க்கரோகண பருவம்

டபுள் கிரவுன் பெரிய அளவு;
உயர்ந்த தாளில் கெட்டியான கட்டமைப்பில்

மொத்த பக்கங்கள் - 576

விலை ரூ. Rs.620.00

நூல்கள் வழங்கிய சிந்தனை...

- எங்கே தங்க விரும்புகிறீர்கள் என்று லண்டன் தோழர்கள் கேட்டபோது எந்த விடுதி நூலகத்திற்கு அருகில் உள்ளது எனக் கேட்டாராம் டாக்டர் அம்பேத்கர்.

- **பகத்சிங்** தான் தூக்கிலிடப்படுவதற்கு ஒரு நிமிடம் முன்பு வரை வாசித்துக்கொண்டே இருந்தாராம்.

- **சார்லி சாப்ளின்** ஒவ்வொரு படமும் நடிக்க ஒப்புக் கொள்ளும் போது, வரும் முன் பணத்தில் முதல் நூறு டாலருக்குப் புத்தகங்கள் வாங்குவாராம்.

- ஒரு புத்தகத்தை திறக்கும்போது உலகினை நோக்கிய ஒரு சன்னலைத் திறக்கிறோம். – **சிங்காரவேலர்**

- புத்தகங்கள் மிகவும் ஆபத்தானவை. அவற்றின் மேல் 'கவனம், இது உங்கள் வாழ்வை மாற்றிவிடக்கூடும்' என எச்சரிக்கை வாசகம் பொறிப்பது நல்லது.

  – **எலன் எக்ஸ்லே**

- உங்களது தலைசிறந்த புத்தகங்களைத் திருடிச் செல்பவர்கள், உங்களது தலைசிறந்த நண்பர்களாகவே இருக்க முடியும். – **வால்டேர்**

- ஒரு கோடி ரூபாய் கிடைத்தால் என்ன செய்வீர்கள் என்று கேட்டபோது ஒரு நூலகம் கட்டுவேன் என்று பதிலளித்தாராம் **மகாத்மா காந்தி**.

- தனிமைத் தீவில் தள்ளப்பட்டால் என்ன செய்வீர்கள்? என்று கேட்டபோது "புத்தகங்களுடன் மகிழ்ச்சியாக வாழ்ந்து விட்டு வருவேன்" என்று பதிலளித்தார் **நேரு**.